READWELL'S

LEARN P...
IN A MONTH

Easy Method of Learning Punjabi
Through English Without a Teacher

B.S. Khosla
M.A.

Readwell Publications
NEW DELHI-110008

Published by :
READWELL PUBLICATIONS
B-8, Rattan Jyoti, 18, Rajendra Place
New Delhi-110 008 (INDIA)
Phone : 5737448, 5712649, 5721761
Fax : 91-11-5812385
E-mail : readwell@sify.com
newlight@vsnl.net

ISBN 81-87782-07-2

Printed at : Arya Offset Press, New Delhi.

CONTENTS

PREFACE

This course in Punjabi has been prepared specially for the beginners. Through a simple and scientific method, it imparts a complete knowledge of the Punjabi alphabet, script, grammar and pronunciation. Anyone who can read and understand simple English should be able to acquire a good knowledge of Punjabi within a short period. The rest is practice.

For a better utilisation of this course, the reader is advised to follow the instructions very carefully. The following points will be of great help to the beginner: (1) The Gurmukhi script should be thoroughly familiar to the student before he goes on to the lessons. (2) Correct pronunciation can be difficult for the absolute beginner, especially if he is a foreigner. For this it is suggested that tips may be taken from a Punjabi-speaking person. (3) The lessons have been systematically graded to enable the student to acquire proficiency gradually, but surely. (4) The exercises have been designed as a self-test. They should be attempted seriously and self-assessment made before attempting to proceed further.

We have dealt with the grammar exhaustively and provided a large number of examples to facilitate complete and correct understanding of the language. We are sure that the book will be very handy for the various interests. Although care has been taken to make it as useful as possible, yet we will be open to constructive criticism and suggestions to make it more and more useful.

AUTHOR

A Few Words

For some time now it has been our endeavour to bring about an emotional integration of the country through the spread of the knowledge of the various Indian languages among the people. To this end this book is yet another attempt on our part.

Punjabi is the state language of Punjab, but Punjabi-speaking people are found in all parts of the country and abroad. These enterprising people mix freely among others and speak their own language. They create in the non-Punjabi-speaking people a desire to learn Punjabi which is one of the sweetest languages of the country. It is for them that we have produced this book and we are sure it is capable of providing not only a working knowledge of Punjabi, but also a deep insight into the Punjabi grammar.

Punjabi has come a long way since the time of Guru Angad Dev who introduced the Gurumukhi alphabet. Before that Punjabi used to be written in Persian script. The Gurumukhi script is very simple and there can be no mistaking one letter for another. We are sure the book will fulfil the need for learning this language. We are extremely thankful to Bhai Ishwar Datt for taking pains in bringing out this edition.

Publishers

ਪੈਂਤੀ

ੳ ਅ ੲ ਸ ਹ

ਕ ਖ ਗ ਘ ਙ

ਚ ਛ ਜ ਝ ਞ

ਟ ਠ ਡ ਢ ਣ

ਤ ਥ ਦ ਧ ਨ

ਪ ਫ ਬ ਭ ਮ

ਯ ਰ ਲ ਵ ੜ

ਬਿੰਦੀ ਵਾਲੇ ਅੱਖਰ

ਸ਼ ਖ਼ ਗ਼ ਜ਼ ਫ਼

LESSON - 1

GURMUKHI ALPHABET

Consonants and Vowels

(ਸੁਹ, ਸਾੜਾ)

alphabet		pronunciation	English equivalent
ੳ	vowels	oora	u
ਅ	”	aira	a
ੲ	”	eeri	i
ਸ	consonants	sassaa	s
ਹ	”	hahaa	h
ਕ	”	kakka	k
ਖ	”	khakkha	kh
ਗ	”	gagga	g
ਘ	”	ghagha	gh
ਙ	”	nanna	n
ਚ	”	chachaa	ch
ਛ	”	chhachha	chh
ਜ	”	jajja	j
ਝ	”	jhajjha	jh
ਞ	”	nana	n
ਟ	”	tainkaa	t
ਠ	”	thatna	th
ਡ	”	dadda	d

alphabet		pronunciation	English equivalent
ਢ	”	dhadha	dh
ਣ	”	nana	n
ਤ	”	tatta	t
ਥ	”	thatha	th
ਦ	”	dadda	d
ਧ	”	dhadha	dh
ਨ	”	nana	n
ਪ	”	pappa	p
ਫ	”	phapha	ph
ਬ	”	babba	b
ਭ	”	bhabha	bh
ਮ	”	mamma	m
ਯ	”	yayya	y
ਰ	”	rarra	r
ਲ	”	lalla	l
ਵ	”	vawa	v
ੜ	”	rara	r
ਸ਼	”	shasha	sh
ਖ਼	”	khhakkha	khh
ਜ਼	”	zaza	z
ਫ਼	”	faffa	f
ਗ਼	”	ghhaghha	ghh

The Punjabi alphabet is called Varnmala (ਵਰਣ ਮਾਲਾ) or painti (ਪੈਂਤੀ) There are no capital le ters in Punjabi. For easy familiarisation and writing, the Punjabi alphabet may be divided into the following groups :

I	ਪ	ਖ	ਖ਼	ਧ	ਥ	ਬ	ਯ		
	p	kh	kh	dh	th	b	y		
II	ਪ	ਘ	ਅ						
	p	gh	a						
III	ਜ	ਜ਼	ਚ	ਦ	ਢ	ਟ	ਫ	ਫ਼	ੲ
	j	z	ch	d	dh	t	ph	f	i
IV	ਨ	ਠ	ਲ	ਣ					
	n	th	l	n					
V	ਸ	ਸ਼	ਮ						
	s	sh	m						
VI	ਹ	ਰ	ਗ	ਗ਼					
	h	r	g	gh					
VII	ਕ	ਭ	ਤ	ਡ	ੜ	ੳ			
	k	bh	t	d	r	u			
VIII	ਵ	ਙ	ਞ	ਝ					
	v	n	n	jh					

After drawing the horizontal line the pen

should move along the bends, forming uniform loops or such figures as required, ending normally at the bottom right hand corner of the alphabet.

The following basic letters should be practised :

ਪ ਜ ਮ ਰ ਢ ਦ ਨ ਵ

Exercise

Q. Identify the following ·

੧. ਨ ੨. ਲ ੩. ਰ ੪. ਕ ੫. ਗ ੬. ਡ
੭. ਢ ੮. ਥ ੯. ਖ ੧੦. ਪ ੧੧. ਮ ੧੨. ਸ

Ans. 1. nana 2. lalla 3. rarra 4. kakka 5. gagga 6. dadda 7. dhadha 8. thatha 9. khakkha 10. pappa 11. mamma 12. sassaa.

The Vowels

ਸੁਰ ਮਾਤ੍ਰਾ

(Swar - Matra)

There are three basic vowels in the Gurmukhi script :

ੳ (ੁ) (u); ਅ (ਾ) (a); ੲ (ਿ) (i)

ੳ is never used without a vowel sign (matra)

Examples :

ਉਠ : uth : get up

ਓਟ	:	oat	:	shelter

ਅ can be used as in :

ਆਸ	:	aas	:	hope
ਆਜਾ	:	aajaa	:	come

ੲ can be used as in :

ਇੱਟ	:	it	:	brick
ਇਥੇ	:	ithe	:	there

The Punjabi vowels have some important phonetic features :

ਅ a, ਇ i. ਉ u, are short vowels. They do not occur finally.

ਅ is a central or neutral vowel because it does not require any peculiar position of the mouth for pronunciation. It is inherent in a consonant and is not normally pronounced at the end of a syllable.

ਅ and ਆ are phonetically different.

The following pairs of words have the inherent short and long sounds of ਅ. They can be compared to differentiate :

ਚੱਲ chall (go)	ਚਾਲ chaal (gait)
ਦੱਲ dal (group)	ਦਾਲ daal (pulses)

ਇ is a stressed vowel as in 'bill', 'kill'. ਈ is sharper and prolonged. Both are, therefore, constrastive and distinct.

ਮਿਲ mill (meet) ਮੀਲ meel (mile)
ਤਿੱਲਾ tilla (gold thread) ਤੀਲਾ teela (straw)

Exercise

Q. Identify the following :

੧. ਅ ੨. ੲ ੩. ਿ ੪. ੳ

Ans : 1. a 2. i 3. i (sign) 4. u

LESSON 2

Writing of Punjabi

In the Punjabi script, most letters have horizontal or vertical lines and some have curves and loops. The horizontal line is drawn from left to right for letters which require it, then a vertical line from top to bottom. The vertical line is written after the horizontal line. Then follow the curves and loops etc.

There are letters without a full line on top such as ਪ, ਸ, ਥ etc. If we put a full line on top of these, their pronunciation undergoes a change. Such distinction should be carefully understood and practised.

The Punjabi letters are divided into three parts. As already said, the first part is to draw the horizontal line, then the vertical line, if any, and the third part consists of loops or curves.

Examples :

Ist Part

ਹ   ਕ   ਗ   ਨ   ਚ   ਛ   ਝ   ਟ   ਠ

ha   ka   ga   na   cha   chha   jha   ta   tha

15

ਡ　ਢ　ਣ　ਤ　ਦ　ਲ　ਫ　ਭ

da　dha　na　ta　da　la　pha　bha

ਰ　ਵ　ੜ

ra　va　ra

The vowel signs (ਮਾਤ੍ਰਾ – matras)

ਾ ਿ ੀ ੁ ੇ ੈ ੋ ੌ

are then tagged on : thus

ਕਾ (ka); ਗਿ (gi); ਚੀ (chi); ਛੇ (chhey); ਟੈ (tae);
ਠੋ (ttho); ਢੌ (dhau) etc.

The head line is given either at the start or at the end. It is a question of habit.

Such letters form the first category of Punjabi alphabets.

The second category of letters is of those which have a vertical line and a curve-stroke to their left high up to the level of the headline. Such letters start with the curve stroke.

They are joined at the right hand-end by a vertical line drawn downward

Examples

ਮ (ma); ਘ (gha); ਪ(pa); ਬ (ba); ਯ (ya)

The third step comes when these consonants are provided with vowel signs, if any.

Examples

ਮੁ   ਘੀ   ਪੋ   etc.
(mu)   (ghee)   (po)

ਜ (ja) and ਲ (la) form their own categories.

In ਜ the curve stroke is not on level with the headline, and it hangs on to the vertical line which is written first.

Gurmukhi (la) is written in two forms ਲ and ਲ਼.

The sign [˘] over a letter means that the following consonant is long or doubled.

The punctuation marks are the same as in English, except that full stop is written like a vertical line (1)

––––––

LESSON 3

Joining the Consonants

To construct Punjabi words, the letters should be combined one after the other with the help of a horizontal line.

Examples

1.	ਨ + ਰ	—	ਨਰ	(nar)	(male)
2.	ਧ + ਨ	—	ਧਨ	(dhan)	(wealth)
3.	ਡ + ਰ	—	ਡਰ	(dar)	(fear)
4.	ਫ + ਲ	—	ਫੱਲ	(phal)	(fruit)
5.	ਜ + ਲ	—	ਜਲ	(jal)	(water)
6.	ਸ + ਚ	—	ਸਚ	(sach)	(truth)
7.	ਮ + ਤ	—	ਮਤ	(mat)	(don't)
8.	ਘ + ਰ	—	ਘਰ	(ghar)	(house)
9.	ਹ + ਥ	—	ਹਥ	(hath)	(hand)
10.	ਸ + ਭ	—	ਸਭ	(sabh)	(all)

Similarly, the consonants and vowels in their basic form are joined

Examples

1.	ਅ + ਗ	—	ਅਗ	(ag)	(fire)
2.	ਅ + ਜ	—	ਅਜ	(aj)	(today)
3.	ਇੱ + ਟ	—	ਇੱਟ	(it)	(brick)
4.	ਇ + ਕ	—	ਇਕ	(ik)	(one)

5.	ਓ + ਟ	–	ਓਟ	(ot)	(shelter)
6.	ਊ + ਠ	–	ਊਠ	(uth)	(camel)
7.	ਏ + ਕਾ	–	ਏਕਾ	(eka)	(unity)
8.	ਐ + ਬ	–	ਐਬ	(aib)	(fault)
9.	ਔ + ਰਤ	–	ਔਰਤ	(aurat)	(woman)

Exercise

Q. Read the following :

੧ ਜਾਲ ੨ ਚਲ ੩ ਹਥ ੪ ਲਿਖ ੫ ਸੁਣ ੬ ਤੀਰ
੭ ਬੋਲ ੮ ਦੌੜ ੯ ਤੋਤਾ ੧੦ ਵੇਖ

Ans : 1. jal (net); 2. chal (walk); 3. hath (hand)
4. likh (write); 5. sun (listen); 6. tir (arrow)
7. bol (speak); 8.daur (run); 9. tota (parrot)
10. vekh (look)

LESSON 4

More about Vowels — I

Diacritical Signs

ਸੁਰ ਸਾੜਾ

(swar - matra)

As already said there are three basic vowels in the Punjabi language and these have their own signs. The other sounds are drawn from these and other sources not inherent in any consonant. In all, the Punjabi language has ten swar matras (diacritical signs)

Sign (or Matra)	Name of sign	Sound	Example
inherent (No sign)	ਮੁਕਤਾ (mukta)	a	ਅ a
ਾ	ਕਨਾ (kanna)	aa	ਲਾਲ laal
ਿ	ਸਿਹਾਰੀ (sihari)	i	ਸਿਰ sir
ੀ	ਬਿਹਾਰੀ (bihari)	ee	ਹੀਰਾ heera
ੁ	ਅੰਕੁੜ (onkar)	u	ਫੁੱਲ phul
ੂ	ਦੁਲੈਂਕੜ (dulainkre)	oo	ਭਾਲੂ bhalloo
ੇ	ਲਾਂਵ (laanv)	ay	ਬੇਰ bayr
ੈ	ਦੁਲਾਂਵ (dulanv)	ai	ਪੈਸਾ paisa
ੋ	ਹੋੜਾ (hora)	o	ਰੋਟੀ roti
ੌ	ਕਨੌੜਾ (kanaura)	au	ਔਰਤ aurat

The above diacritical marks have their own places. Of these, ਿ is written before the consonant (but pronounced after it); ੁ and ੂ are written below; ਾ and ੀ are written after the consonant; and ੇ, ੈ, ੋ, ੌ, over the consonant.

The three Gurmukhi vowels, ੳ ਅ ੲ are used only at the beginning of a word or as part of a compound vowel. The vowels also have their nasalizad form when the sign ੰ (tippi) or ਂ (bindi) is placed above them.

ਂ ਬਿੰਦੀ (bindi) is used along ਾ, ੀ, ੇ, ੈ, ੋ, and

Examples

word	pronunciation	meaning
ਮਾਂ	maan	mother
ਮੀਂ	meen	rain
ਗੇਂਦ	gaind	ball
ਮੈਂ	main	i
ਗੋਂਦ	gond	gum
ਜੌਂ	jaun	barley

ੰ ਟਿੱਪੀ (tippi) is used with ਮੁਕਤਾ (mukta) ਿ

Examples

word	pronunciation	meaning
ਤੰਗ	tung	narrow
ਸ਼ਿੰਘ	singh	lion
ਸੁੰਘ	sungh	smell
ਜੂੰ	joon	lice

There is another diacritical mark in Punjabi called 'addhak' ਅੱਧਕ. ˇIt is used to give the letter a double or a stressed sound. It is used over the letter preceding the one which needs to be stressed.

Examples

Word	Pronunciation	Meaning
ਬੱਚਾ	buccha	child
ਮੁੱਖ	mukh	face

Vowel Clusters

The following clusters consisting of two vowels are common patterns :-

Short+long vowels ਅਈ ai, ਅਏ ae, ਅਊ au, ਇਆ ia, ਇਓ io, ਉਆ ua

Examples

ਗਈ gai (went) feminine
ਗਏ gae (went) plural

ਗਊ gau (cow)

ਆਗਿਆ aagiya (permission)

ਲੜਕਿਓ larkaeo (o, boys')

ਸੁਆਦ suaad (taste)

Long+Long vowels :

ਆਈ aai, ਆਏ aae, ਆਊ aau, ਆਓ ao, ਈਆ eeaa,

ਈਓ eeoo, ਊਆ uaa, ਊਈ uee, ਓਏ uay, ਏਆ ea, ਏਈ ei

ਏਓ eo ਓਈ oi, ਓਏ oe,

Examples

Word	Pronunciation	Meaning
ਨਾਈ	nai	barber
ਤਾਏ	taae	uncles
ਜਾਓ	jao	go
ਖਾਊ	khau	eat
ਧੀਆਂ	dhiayan	daughters
ਲੜਕੀਓ	larkiyo	o girl's !
ਸੂਆ	sooaa	a big needle
ਸੂਈ	sooee	needle
ਬੂਏ	booae	doors
ਗਿਆ	giyaa	went
ਦੇਵੀ	devee	goddess
ਦਿਉ	deo	give

ਲੋਈ	loee	blanket
ਟੋਏ	toae	pits

Exercise

Q. Identify the following vowel signs and use them in words :

੧ ੂ, ੨ ੇ, ੩ ੰ, ੪ ੋ,

Ans. 1 ਦੁਲੈਂਕੜ (dulainkar) as in ਭਾਲੂ
2 ਲਾਂਵ (laanu) as in ਖੇਤ
3 ਬਿੰਦੀ (bindi) as in ਜੂੰ
4 ਹੋੜਾ (hora) as in ਰੋਟੀ

Q, Read the following :

੧ ਗਿਆ, ੨ ਜਾਓ, ੩ ਗਊ, ੪ ਸੁਆਦ, ੫ ਲੜਕਿਓ ੬ ਬਚਾ. ੭ ਗੋਦਾਂ ੮ ਅਗਿਆ

Ans. 1 giyya 2 jao 3 gau, 4 suaad
5 larkaeo 6 bacha 7 gond 8 aagiya

LESSON 5

More about Vowels–II

This lesson provides a still better and deeper understanding of the three Punjabi vowels and their variants and how they are used along with the consonants. It also provides sufficient practice to distinguish between the long and short sounds.

ਅ – (a) – (ਾ)

Examples

Word	Pronunciation	Meaning
ਫੱਲ	phall	fruit
ਅੱਜ	ajj	today
ਕੱਲ	kall	tomorrow
ਕਰ	kar	do
ਨਠ	nadh	run
ਸ਼ੱਚ	such	truth
ਖ਼ੱਤ	khat	letter
ਘਰ	ghar	house
ਡਰ	dar	fear
ਜੱਲ	jall	water

Sentences :

ਬੱਸ ਕਰ - bus kar - stop it

ਡਰ ਮੱਤ –	dar mutt –	don't be afraid
ਜੱਲ ਭਰ –	jall bhar –	fill the water

II ਆ (aa) (ਾ)

Examples

Word	Pronunciation	Meaning
ਆਸ	aas	hope
ਜਾਲ	jaal	net
ਤਾਰ	taar	wire also, telegram
ਨਾਮ	naam	name

Sentences :

ਦਾਲ ਖਾ	daal kha	eat the pulses
ਅੱਗ ਬਾਲ	aag baal	light the fire
ਘਰ ਜਾ	ghar jaa	go home

III ੲਿ (i) ਿ

Examples

Word	Pronunciation	Meaning
ਮਿੱਲ	mill	meet
ਦਿਲ	dill	heart
ਜਿੱਤ	jitt	win
ਦਿਨ	din	day

Sentences :

ਅਤੱਰ ਲਗਾ	attar lagaa	apply scent
ਖੱਤ ਲਿਖ	khat likh	write a letter
ਕਿਲ ਠੋਕ	kill thoke	fix a nail
ਦੁਕਾਨ ਵਿਚ ਜਾ	dukkan wich jaa	go to the shop

IV   ਈ   (ee)   ੀ

Examples

Word	Pronunciation	Meaning
ਲੀਰ	leer	piece of cloth
ਹੀਰਾ	heera	diamond
ਪਾਣੀ	paani	water
ਸਾਥੀ	saathi	partner

Sentences :

ਹੀਰਾ ਪਾ	heera paa	wear the diamond
ਪਾਣੀ ਪੀ	paani pee	drink water

V   ਉ   (u)   (ੁ)

Examples

Word	Pronunciation	Meaning
ਫੁੱਲ	phul	flower
ਪੁੱਲ	pull	bridge
ਦੁੱਧ	dudh	milk

Sentences :

ਫੁੱਲ ਸੁੱਟ	phull sut	throw the flower
ਚੁਪ ਬੈਠ	chup baedh	sit quietly
ਕੁਛ ਖਾ	kucch khaa	eat something

VI ਊ u ੂ

Examples

Word	Pronunciation	Meaning
ਆਲੂ	aaloo	potato
ਭਾਲੂ	bhaloo	bear
ਬੂਟਾ	boota	plant
ਚੂਹਾ	chooha	rat

Sentences :

ਆਲੂ ਚੀਰ	aaloo cheer	cut the potato
ਕੂੜਾ ਸੁੱਟ	koora sut	throw the garbage

VII ਏ (e) (ੇ)

Examples

Word	Pronunciation	Meaning
ਸ਼ੇਰ	shaer	lion
ਰੇਲ	rail	train
ਤੇਲ	tail	oil
ਮੇਲ	mail	meeting
ਜੇਲ	jail	jail
ਜੇਬ	jeb	pocket

Sentences :

ਥੱਲੇ ਵੇਖ ਕੇ ਚੱਲ	thalle vekh ke chall	look while walking
ਦੇਰ ਨ ਕਰ	daer na kar	don't delay
ਮੇਰਾ ਘਰ ਦੂਰ ਹੈ	mera ghar door hai	my house is far

VIII ਐ ai (ੈ)

Examples

Word	Pronunciation	Meaning
ਮੈਲੀ	maeli	dirty
ਭੈਣ	bhaen	sister
ਐਬ	aaeb	bad quality
ਸੈਰ	saer	walk

Sentences :

ਮੈਲੀ ਕਮੀਜ ਨਾ ਪਾ	maeli kameez na paa	don't wear dirty shirt
ਸੈਰ ਕਰਨ ਜਾ	saer karan ja	go for a walk
ਵੈਰ ਨਾ ਕਰ	vaer na kar	don't have enmity

IX ਓ (o) (ੋ)

Examples

Word	Pronunciation	Meaning
ਤੋਲ	tol	weigh
ਖੋਲ	khol	open
ਚੋਰ	chor	thief
ਮੋਰ	mor	peacock
ਹੋਰ	hore	more

Sentences :

ਘੱਟ ਨਾ ਤੋਲ	ghat na tol	don't underweigh
ਬੂਆ ਨਾ ਖੋਲ	booaa na khol	don't open the door
ਚੋਰ ਡਿਗੱ ਪਿਆ	chor dig piya	thief fell

X ਔ (au)

Examples

Word	Pronunciation.	Meaning
ਦੌੜ	dor	run
ਪੌੜੀ	pauri	stairs
ਹਥੌੜੀ	hathauri	hammer
ਔਰਤ	aurat	lady
ਕੌਲੀ	kauli	small utensil

Sentences ;

ਕੌਲੀ ਵਿਚ ਸਬਜੀ ਪਾ	kauli vich subzi paa	put vegetable in the utensil
ਤੇਜ-ਤੇਜ ਦੌੜ	tej-tej daur	run fast

XI ਅੰ (an) (ੰ)

Examples

word	pronunciation	meaning
ਮੰਗ	mung	beg or ask
ਜੰਗ	jung	war
ਖੰਡ	khund	sugar
ਰੰਗ	rung	colour
ਕੰਦ	kandh	wall

Sentences :

ਮੰਗ ਕੇ ਨਾ ਖਾ	mung ke naa kha	don't beg to eat
ਖੰਡ ਨਾ ਖਾ	khund naa kha	don't eat sugar
ਰੰਗ ਨਾ ਮਲ	rung naa mall	don't throw (apply) colour

XII ਆਂ (au) (ਂ)

Examples

Word	Pronunciation	Meaning
ਸਾਂਗ	saang	(to) copy or imitate
ਬਾਂਹ	baanh	arm
ਗੇਂਦ	gaind	ball
ਬੈਂਤ	baint	cane
ਮੀਂਹ	meeh	rain

Sentences :

ਸਾਂਗ ਨਾ ਲਾ	saang na la	don't imitate
ਬਾਂਹ ਨਾ ਫੜ	baan na phar	don't catch (the) arm
ਗੇਂਦ ਨਾਲ ਖੇਡ	gaind naal khed	play with the ball
ਮੀਂਹ ਵਿਚ ਨਾ ਜਾ	meenh vich na ja	don't go out in rain

XIII (adak)

Examples

Word	Pronunciation	Meaning
ਦਿੱਲੀ	dilli	Delhi
ਯੱਕਾ	yakka	tonga
ਬੱਚਾ	bachcha	child
ਸੱਚਾ	sacha	truthful
ਕੱਚਾ	kacha	weak
ਰੱਸਾ	rassa	rope

Sentences :

ਚੱਲ ਦਿੱਲੀ ਚੱਲ	chal dilli chal	come to Delhi
ਯੱਕਾ ਹੌਲੀ ਚਲਾ	yakka haoli chala	drive the tonga slowly
ਬਚਾ ਰੋਂਦਾ ਹੈ	baccha ronda hai	the child weeps

Exercise

Q. Translate into English

੧. ਸ਼ੱਚ ਬੋਲ । ੨. ਰੋਟੀ ਖਾ । ੩. ਖੱਤ ਪੜ੍ਹ । ੪. ਜਮੀਨ ਉੱਤੇ

ਝਾੜੂ ਕਰ । ੫. ਸਕੂਲ ਵੱਲ ਜਾ । ੬. ਵੇੜ੍ਹੇ ਵਿੱਚ ਖੇਡ । ੭. ਮੀਂਹ
ਵਿੱਚ ਜਾ ।

Ans : 1. speak the truth 2. eat bread 3. read
letter 4. sweep the ground (earth) 5. go
towards school 6. play in the courtyard
7. don't go out in (the) rain

Read and write

1 (ਤੁਸੀਂ) ਬੈਠੋ ।	tussin baitho
2. ਮੈਂ ਕੰਮ ਕਰਦਾ ਹਾਂ ।	main kam karda haan
3. ਤੁਸੀ ਕੀ ਕਰਦੇ ਹੋ ।	tussi ki karde ho ?
4. ਮੈਂ ਸੰਗਤਰਾ ਖਾਂਦਾ ਹਾ ।	main sangtra khanda han
5. (ਤੂੰ) ਬਾਂਦਰ ਵੇਖ ।	tun bandar vekh
6. ਚਲ, ਕੰਮ ਕਰ ।	chal, kam kar
7. ਓਹ ਪੰਜ ਆਦਮੀ ਜਾਂਦੇ ਹਨ ।	oh panj aadmi jande han
8. ਇਹ ਸਕੂਲ ਹੈ ।	eh skool hai
9. ਓਹ ਵੱਡਾ ਸਟੇਸ਼ਨ ਹੈ ।	oh vada steshain hai
10. ਇਹ ਮੁੰਡੇ ਕੀ ਕਰਦੇ ਹਨ ?	eh munde ki karde han
11. ਤੁਸੀ ਕੀ ਕਰਦੀਆਂ ਹੋ ?	tussin ki kardiyan ho ?
12. ਅਸੀਂ ਕਿਤਾਬਾਂ ਪੜਦੀਆਂ ਹਾਂ ।	assin kitaban parhdiyan han
13. ਓਹ ਕਾਗਜ਼ ਲੈਂਦੀਆਂ ਹਨ ।	oh kagaz laindiyan han
14. ਕੀ ਇਹ ਮਕਾਨ ਤੇਰਾ ਹੈ ?	ki eh makan tera hai ?
15. ਹਾਂ ਜੀ, ਇਹ ਮਕਾਨ ਮੇਰਾ ਹੈ ।	han ji, eh makan mera hai

33

16. ਤੇਰੇ ਦੰਦ ਸਾਫ ਨਹੀਂ ਹਨ ?   tere dand saf nahin han ?
17. ਜੀ, ਸਾਫ ਹਨ ।   ji saf han.

Ans. 1. (you) sit   2. I do work   3. what are you doing ? 4. I am eating an orange   5. (you) see a 6. monkey go, (and) do work   7. those five men are going 8. It is a school 9. that is a big station 10. what do these boys do ?   11. what do you (ladies) do ?   12. we (ladies) read books 13. they (ladies) take paper   14. Is this house yours ?   15. yes please, this house is mine 16. your teeth are not clean   17. well, (they) are clean.

LESSON 6

More about Pronunciation

The stress sign on Punjabi letters plays a very important role in pronunciation. It should be carefully studied and understood.

The stress sign can be placed on letters so as to distinguish them from their Hindi pronunciation.

For example in ਬੱਸ (bas) the stress sign ˇ is on 'ਬ' therefore it should be pronounced with a little force.

Other Examples

[I]

1)	ghat ਘੱਟ	sat ਸੱਟ	sar ਸੱਰ
2)	chacha ਚਾਚਾ	nana ਨਾਨਾ	mama ਮਾਮਾ
3)	giti ਗੀਟੀ	siti ਸੀਟੀ	pili ਪੀਲੀ
4)	bili ਬਿੱਲੀ	till ਟਿਲ	likhari ਲਿਖਾਰੀ
5)	jharu ਝਾੜੂ	jhutha ਝੂਠਾ	daku ਡਾਕੂ
6)	sun ਸਨ	dhupp ਧੁਪੱ	phull ਫੁਲੱ
7)	khed ਖੇਡ	tere ਤੇਰੇ	beri ਬੇਰੀ
8)	vairi ਵੈਂਰੀ	thaila ਥੈਲਾ	paisa ਪੈਸਾ
9)	tote ਟੋੱਟੇ	soti ਸੋੱਟੀ	vekho ਵੇਖੋ
10)	aukha ਔਖਾ	mauj ਮੌਜ	raula ਰੌਲਾ
11)	dad ਡੈਡ	roda ਰੋਡਾੱ	ugh ਉਘ

1. chal   chal   mar   mar   ban   ban
   ਚੱਲ   ਚਾਲ   ਮਰ   ਮਾਰ   ਬਨ   ਬਾਨ

2. chik   cheek
   ਚਿੱਕ   ਚੀਕ

3. pujna   poojna   mul   mool
   ਪੁਜਨਾ   ਪੂਜਨਾ   ਮੁਲ   ਮੂਲ

4. mela   maila   vaid   ved   je   jai
   ਮਲਾ   ਮੈਲਾ   ਵੇਦ   ਵੈਦ   ਜੇ   ਜੈ

5. tala   taula   dhon   dhaun   bhora   bhaura
   ਤਲਾ   ਤੌਲਾ   ਧੋਨ   ਧੌਨ   ਭੋਰਾ   ਭੌਰਾ

6. kripal   chadar
   ਕਿਰਪਾਲ   ਚਾਦਰ

7. katna   kaatna
   ਕਟਨਾ   ਕਾਟਨਾ

ghar ja	ਘਰ ਜਾ	go to house
kitaba ghar lai ja	ਕਿਤਾਬਾਂ ਘਰ ਲੈ ਜਾ	take home (the) books
vekho bahr kaun baitha hai ?	ਵੇਖੋ ਬਾਹਰ ਕੌਨ ਬੈਠਾ ਹੈ ?	look, who sits outside ?
onu phasi ho gai si	ਉਹਨੂੰ ਫਾਂਸੀ ਹੋ ਹਯੀ ਸੀ	he had been hanged

36

[4]

sarak utte motor ja rai hai
ਸੜੱਕ ਉੱਤੇ ਮੋਟਰ ਜਾ ਰਹੀ ਹੈ
the motor is running on the road

sarak va va chauri bani hai
ਸੜੱਕ ਵਾ ਵਾ ਚੌੜੀ ਬਨੀ ਹੈ
the road is sufficiently broad

jhat pat hat jao ji
ਝੱਟ ਪੱਟ ਹਟ ਜ਼ਾਉ ਜੀ
get away immediately

[5]

jhagra der da chal rahia si
ਝਗੱੜਾ ਦੇਰ ਦਾ ਚਲ ਰਿਹਾ ਸੀ
the quarrel has been on for long

chaukidaran utte ik jhutha mukaddama karva ditta
ਚੌਕੀਦਾਰਾਂ ਉੱਤੇ ਇਕ ਝੂਠਾ ਮੁਕੱਦਮਾ ਕਰਵਾ ਦਿਤਾ ।
a false case was instituted against the chowkidar

seth lachchhu nu bara dukh hoia
ਸੇਠ ਲਛੂ ਨੂੰ ਬੜਾ ਦੁਖ ਹੋਇਆ
seth Lachchu felt greatly aggrieved

[6]

mainu sarho da sag bahut changa lagda hai

ਮੈਨੂੰ ਸਤਹੋਂ ਦਾ ਸਾਗ ਬਹੁਤ ਚੰਗਾਂ ਲਗਦਾ ਹੈ ।

I like sarson saag very much

ik jhuggi vich assi rat katti

ਇਕ ਝੁੱਗੀ ਵਿੱਚ ਅਸੀਂ ਰਾਤ ਕੱਟੀ

we spent the night in the hut

sari umar sanu sarho da sag yad rahega

ਸਾਰੀ ਉਮਰ ਸਾਨੂੰ ਸਰਹੋਂ ਦਾ ਸਾਗ ਯਾਦ ਰਹੇਗਾ

we will remember sarson sag the whhle life

LESSON 7

NOUNS

ਨਾਂਵ

Nouns are names of persons, places or things Examples ਲਾਲ ਸਿੰਘ (Lal Singh); ਦਿਲੀ (Dilli); ਕੇਲਾ (kela - banana)

Nouns are in singular and plural. There are a few rules for changing singular nouns into plural nouns.

1. The plural of a masculine noun ending in 'a (ਾ) ਆ' can be formed by substituting 'a' for e (ੇ), example : ਕੇਲਾ (banana)—ਕੇਲੇ (kele-bananas); ਕਪੜਾ (kapra-cloth)-ਕਪੜੇ (kapre-clothes) etc.

2. The plural of feminine noun is formed by adding–a but if a word ends in a 'ਵ', glide is inserted before 'a'. Examples : ਕੁਰਸੀ (kursi-chair)– ਕੁਰਸੀਆਂ (kursian-chairs); ਮਾਂ (man-mother) - ਮਾਵਾਂ (mawan-mothers)

3. Abstract nouns are formed in there ways :

(a) by adding 'ਪਨਾ' to nouns : examples : ਬੱਚਾ (child) ਬੱਚਪਨਾ (bachpana-childhood);

(b) by adding 'ਤਾ' to adjectives : example : ਸੁਦੰਰ (beautiful)-ਸੁਦੰਰਤਾ (sundarta-beauty

(c) by adding '੩' to verbs : example : ਲਿਖ
(likh-write) – ਲਿਖਤ (likhat-writing)

Some Nouns

(A) Masculine

ਅੰਬ (abamb) mango

ਅਫਸਰ (afsar) officer

ਆਦਮੀ (admi) man

ਅਨਾਰ (anar) pomegranate

ਸਾਧੂ (sadhu) mendicant

ਕੰਮ (kamm) work

ਕੁਲੀ (kuli) porter

ਘਰ (ghar) house, home

ਕੇਲਾ (kela) banana

ਚਿੜਾ (chira) he-sparrow

ਡਾਕਟਰ (daktar) doctor

ਛਤ (chhat) roof, ceiling

ਡਾਕਖ਼ਾਨਾ (dakkhana) post
office

ਨੌਕਰ (naukar) servant

ਫਲ (phal) fruit

ਬੱਚਾ (bacha) child

ਮਕਾਂਨ (makan) house

ਮਾਸਟਰ (master) master

(B) Feminine

ਕਲਮ (kalam) pen

ਕਾਪੀ (kapi) exercise book

ਕੁੱਤੀ (kutti) bitch

ਕੁੜੀ (kuri) girl

ਕਿਤਾਬ (kitab) book

ਸਬਜੀ (sabzi) vegetable

ਅਲਮਾਰੀ (almari) shelf

ਚਿੜੀ (chiri) she-bird

ਡਾਕ (in ਡਾਕਖ਼ਾਨਾ) (dak) post

ਦਵਾਤ (davat) inkpot

ਬੱਚੀ (bachchi) female child

ਮਾਂ (ma) mother

ਬਾਰੀ (bari) window

ਦਿਵਾਰ (divar) wall

40

LESSON 8

PRONOUNS

ਪੜਨਾਂਵ

Pronouns are words which are used in place of nouns, personal or impersonal, singular or plural,

Examples

ਮੈਂ (main) **I**; ਤੂੰ (tu) you; ਇਹ (ih), it, this, he she
ਅਸੀਂ (assi) we; ਤੁਸੀਂ (tussi) you (plural or singular when speaking in respect)
ਕੀ (ki) what; ਓਹ (uh), he, she, it, they, that, those

The pronouns have no gender, they however, affect the noun or the verb.

Examples

ਓਹ ਲਵਕਾ (that boy), ਓਹ ਲੜਕੀ (that girl); ਓਹ ਖੇਡੇਗਾ (he will play), ਓਹ ਖੇਡੇਗੀ (she will play)

OTHER PRONOUNS

3rd person singular : ਇਸ (iss-it); ਓਸ (us-that) ਕਿਸ(kis-what); ਕਿਸ ਤੋਂ(kis taun-from what or which) ਓਸ ਨੂੰ (us nu-to him, her); ਇਸ ਤੇ (iss te-from that)

3rd person plural : ਇਨ੍ਹਾਂ (inhan—these); ਓਨ੍ਹਾਂ ਨੂੰ (unhan nu—to those); ਕਿਨ੍ਹਾਂ (kinhan—whom); ਇਨ੍ਹਾਂ ਨੂੰ

(inhan nu—to these); ਕਿਨ੍ਹਾਂ ਤੇ (kinhan tu–from whom)

2rd person singular : ਤੈਂ (tain-you); ਤੈਨੂੰ (tainu-to you); ਤੈ ਥੋਂ (tai thon-than you).

2nd person plural : ਤੁਸਾਂ (tussan—you); ਤੁਸਾਂ ਤੇ (tussan te–you (when stress is required,) It is used in singular when showing respect).

1st person singular : ਮੈਂ (main-I); ਮੈਨੂੰ (mainu-to me); ਮੈਂ ਥੋਂ (main thon–from) or than me)

1st person plural : ਅਸਾਂ (assan-we); ਅਸਾਂ ਨੂੰ (assan nu-to us); ਅਸਾ ਤੇ (assan tay—we—when stress is required)

ਅਸਾਂ ਨੂੰ is economised in ਸਾਨੂੰ which is used more commonly.

Compound Pronouns

1. ਕੀ-ਕੀ (ki ki) (what things) : ਓਥੇ ਕੀ-ਕੀ ਪਿਆ ਹੈ ? (uthe kiki piya hai), what things are lying there ?
ਜੋ ਜੋ (jo jo) (who/which individually) : ਜੋ ਜੋ ਜਾਵੇਗਾ, (jo jo javega), he who goes
ਕੁਝ ਕੁਝ (kujh kujh)(somewhat, a little) : ਬੁਖਾਰ ਕੁਝ ਕੁਝ ਹੌਲਾ ਹੈ । (bukhar kujh kujh haola hai), fever is somewhat slight.

42

ਕੌਣ ਕੌਣ (kaun kaun)(which persons) : ਮੇਰੇ ਨਾਲ ਕੌਣ ਕੌਣ ਖੇਡੇਗਾ ? (mere naal kaun kaun khedega) which of you will play with me ?

ਕੋਈ ਕੋਈ (koi koi) (some, a few) : ਕੋਈ ਕੋਈ ਹੁਣ ਵੀ ਚਲੇ ਜਾਂਦੇ ਹਨ। (koi koi hunbi chaile jande han) some people go even now.

ਫਲਾਣਾ ਫਲਾਣਾ (falaana falaana) (so and so) : ਉਥੇ ਫਲਾਣਾ ਫਲਾਣਾ ਬੈਠਾ ਸੀ। (uthe falaana falaana baitha si), so and so were sitting there.

2. ਕੀ ਕੀ (all equally) ਕੀ ਔਖ ਕੀ ਸੌਖ, ਮੈਂ ਨਹੀਂ ਪਰਵਾਹ ਕਰਦਾ (ki aukh, ki saukh main nahin parvah karda) difficulties or facilities, I don t mind.

ਜੋ ਸੋ (he/she it ... who which) ਜੋ ਕਰੇਗਾ ਸੋ ਭਰੇਗਾ (jo karega so bharega) he who does will repay

ਕੁਝ ਕੁਝ (some some) ਕੁਝ ਹੁਣ ਲੈ ਲੈ, ਕੁਝ ਮਗਰੋਂ ਲੈ ਲਵੇਂ (kujh hun laile, kujh magrun lai lavin,) you may take some now, some later.

ਕੋਈ ਕੋਈ (koi, koi) one another, some other) ਕੋਈ ਚੰਗਾ ਕੋਈ ਮੰਦਾ, (koi changa koi manda,) some good, some bad.

This use is conjunctive, i.e. the pronoun serves as conjunction.

3. ਕੀ ਦਾ ਕੀ (ki da ki) ਕੁਝ ਦਾ ਕੁਝ (kujh da kujh) (quite different) : ਓਹ ਆਦਮੀ ਕੀ ਦਾ ਕੀ (ਕੁਝ ਦਾ ਕੁਝ) ਹੋ ਗਿਆ । (oh admi kida ki ho gaya), he has become quite a different man.

4. ਕੀ ਨਾ ਕੀ (ki na ki) something different : ਕੀ ਨਾ ਕੀ ਹੋ ਜਾਂਦਾ ਹੈ,(ki na ki ho janda hai), some untoward happens.

ਕੁਝ ਨਾ ਕੁਝ (something or the other), ਅਸੀਂ ਕੁਝ ਨਾਂ ਕੁਝ ਕਰ ਲਵਾਂਗੇ, (assin kujh na kujh kar lavange) we shall arrange something or other

ਕ ਈ ਨਾ ਕੋਈ (someone or other), ਮੇਲੇ ਤੇ ਕੋਈ ਨਾ ਕੋਈ ਦੋਸਤ ਮਿਲ ਜਾਵੇਗਾ, (mele te koina koi dost mil javega,) some or the other friend will meet at the fair.

5. ਹੋਰ ਕੀ (what else ?), ਤੁਸੀਂ ਹੋਰ ਕੀ ਚਾਂਹੁੰਦੇ ਹੋ ?, (tussin hor ki chahande ho) what else do you want ?

ਹੋਰ ਕੁਝ (something else) ਹੋਰ ਕੁਝ ਮੰਗ ਲਓ, (hor kujh mang leo,) ask for something else.

ਹੋਰ ਕੋਈ (hor koi) (some one else), ਹੋਰ ਕੋਈ ਨਹੀਂ ਹੈ, (hor koi nahin hai), there is nobody else.

6. ਕੁਝ ਹੋਰ (a little more), ਕੁਝ ਹੋਰ ਸੁਣਾਓ, (kujh hor sunao), tell something else

ਕੋਈ ਹੋਰ (somebody else), ਓਹ ਕੋਈ ਹੋਰ ਹੋਵੇਗਾ, (oh koi hor hovega), he must be somebody else.

7. ਜੋ ਕੋਈ (whoever, anyone who) ਜੋ ਕੋਈ ਇਧਰ ਆਵੇਗਾ, (jo koi idhar avega,) anyone/whoever comes this side

ਜੋ ਕੁਝ (whatever), ਜੋ ਕੁਝ ਦੇਨ, ਲੈ ਲੈਣਾ,(go kujh dain lai laina), whatever they give, take.

8. ਸਭ ਕੋਈ (ਹਰ ਕੋਈ) (everybody, all), ਸਭ/ਹਰ ਕੋਈ ਜਾਣਦਾ ਹੈ, (sabh/har koi janda hai.) everybody knows.

ਸਭ ਕੁਝ (everything), ਸਭ ਕੁਝ ਠੀਕ ਹੋ ਜਾਵੇਗਾ, (sabh kujh theek ho javega,) everything will be all right.

9. ਬਹੁਤ ਕੁਝ (much, a great deal), ਬਹੁਤ ਕੁਝ ਓਸਦੇ ਆਪਣੇ ਹੱਥ ਹੈ, (bahut kujh usde apne hath hai), much lies in his own hands.

Relative and correlative links

1. ਜੋ ਮਨ ਵਿਚ ਆਵੇ, ਓਹੀਓ ਕਰ ਲਓ (jo man vich ave, oohio kar lo) what comes into your mind, do that or do what comes into your mind.

2. ਜਿਹੜਾ ਬੋਲੇ ਓਹੀਓ ਬੂਹਾ ਖੋਲੇ (jehra bole oohio buha khole) he who speaks may open the door

3. ਜਿਵੇਂ (ਜਿਸ ਤਰ੍ਹਾਂ) ਚੰਗਾ ਸਮਝਦੇ ਹੋ ਤਿਵੇਂ (ਓਸੇ ਤਰਾਂ) ਕਰੋ (jiven (jis taran) changga samajhde ho, tiwain (usse taran) karo, do as you think best.

4. ਜਦੋਂ ਆਓਗੇ ਤਦੋਂ ਤੁਹਾਡੇ ਨਾਲ ਗੱਲ ਕਰ ਲਵਾਂਗੇ (jadoon auge tadoon tuhade nal gal kar lavange). when you come then we shall have a talk with you.

5. ਜਿਸ ਦੇ ਘਰ ਦਾਣੇ ਓਹਦੇ ਕਮਲੇ ਵੀ ਸਿਆਣੇ (jis de ghar dane usde kamlay vi siyane), he who has grains, his fools even are wise. money maks the mare go.

6. ਜਿਸ ਕਿਸੇ ਨੂੰ ਆਖਿਆ ਓਸਨੇ ਹੀ ਨਹੀਂ ਸੁਣਿਆ (jis kise nu aakhiya, ussne hi nahin suniya), whosoever I told, did not listen.

7. ਜੋ ਕੁਝ ਹੋਇਆ ਚੰਗਾ ਹੋਇਆ (jo kujh hoeya changga hoeya. whatever has happened is all right.

8. ਜਿਥੇ ਮਾਂ ਚੀਹੁਦੀ ਸੀ ਬਚੇ ਨੂੰ ਲੈ ਜਾਂਦੀ ਸੀ (jithe man chahundi si bache nun lai jandi si. the mother took the child where she likea.

9. ਜਿਥੇ ਕਿਦਾਈਂ ਲਾਲਾ ਮਿਲ ਜਾਂਦਾ ਹੈ ਤੈਨੂੰ ਪੁਛਦਾ ਹੈ (jithe kidayin lala mill janda hai tenu puchchda hai. wherever lala meets, (he) asks about you.

10 ਜਿੰਨਾ ਜ਼ੋਰ ਹੈ ਨੇ [ਓਨਾਂ] ਲਾ ਲਓ (jina zor hai ne (una) la lau. use as much force as possible.

1. In su:h sentences, called complex, the relative (or subordinate) clause usually precedes the principal clause. English order is not uniformly so.

2. The relative is a pronoun as ਜੋ, ਜਿਸਨੂੰ, ਜਿਹੜਾ, or adjective as ਜਿਸ ਦੇ, ਜਿਨ੍ਹਾਂ ਦੇ, or adverb as ਜਿਥੇ, ਜਿਵੇਂ, ਜਿਧਰ.

In the next main clause it may be balanced, optionally, by another word called the correlative which begins that clause, as in the first four sentences. In sentence No. 7, 8 and 9, there are no correlatives.

3. The relative and the correlative pronoun or adjective need not be in the same case.

ਜਿਹੜਾ ਬੰਦਾ ਤੁਹਾਨੂੰ ਪੁਛਦਾ ਸੀ, ਓਹਦੀ ਮਾਂ ਮਰ ਗਈ ਹੈ (jehra banda tuhanu puchchda si, uhdi maan mar gaye hai, (nominative and possessive), the man who inquired about you, his mother has died.

Also see sentence No. 6.

———

LESSON 9

Grammar
VERB

In Punjabi verb comes at the end.

ਇਹ ਕੀ ਹੈ ?	eh ki hai
this what is.	what is this ?
ਇਹ ਕੁਰਸੀ ਹੈ ।	eh kursi hai
this chair is	this is a chair
ਓਹ ਕੀ ਹੈ ?	oh ki hai
that what is	what is that ?
ਤੂੰ ਕੌਨ ਹੈ ?	tun kaun hain
you who are	who are you ?
ਓਹ ਮੰਜਾ ਹੈ ।	oh, manja hai
that bed is	that is a bed

Other Examples of verb

ਇਹ ਕੀ ਹੈ ?	eh ki hai
ਇਹ ਕਲਮ ਹੈ ।	eh kelam hai
ਇਸ ਮੇਜ ਹੈ ।	eh mez hai
ਇਹ ਗਲਾਸ ਹੈ :	eh glass hai
ਇਹ ਕਮੀਜ ਹੈ ।	eh kameez hai
ਓਹ ਰਾਜਾ ਹੈ ।	oh raja hai
ਓਹ ਲੜਕਾ ਹੈ ।	oh larka hai
ਓਰ ਮਕਾਨ ਹੈ ।	oh makan hai

48

ਇਹ ਕੀ ਹੈ ? or ਓਹ ਕੀ ਹੈ ? is a useful sentence. You can get words from any person for anything by putting such a question.

Interrogative

ਕੀ ਇਹ ਮੇਜ਼ ਹੈ ? ki eh mez hay ?
what (is it that) it table is. Is it a table ?

ਆਹੋ (ਹਾਂ) ਜੀ, ਇਹ ਮੇਜ਼ ਹੈ । aho (han) ji, eh mez hay.
yes please, this table is. yes please, it is a table

ਕੀ ਓਹ ਆਦਮੀ ਨਹੀਂ ਹੈ ? ki, oh admi nai hay.
what (is it that) that man not is. is that not a man?

ਜੀ ਨਹੀਂ (ਨਹੀਂ ਜੀ) ਓਹ ਆਦਮੀ ਨਹੀਂ ਹੈ ।
ji nai (nai ji) oh admi nai hay.
please no (no please), that man not is.
no please that is not a man.

1. Both the above questions can be expressed without the interrogative word ਕੀ, the sense of interrogation being conveyed by the same intonation (rising at the end.)

2. Note the position of ਨਹੀਂ, not. It comes immediately before the verb. ਨਹੀਂ is pronounced as nai, i.e. -h- is a tone.

3. There is an interesting difference between English and Punjabi expressions of reply in such contexts. In English, in reply to "it is not a book" you say, "no", it is not a book ? but in Punjabi we may say, 'ਹਾਂ', ਇਹ ਕਿਤਾਬ਼ ਨਹੀਂ ਹੈ ।

4. When respect is not meant in the reply, "ਜੀ" is omitted.

Examples

ਕੀ ਓਹ ਘਰ ਹੈ ?	is he in the house ?
ਕੀ ਇਹ ਬਾਜ਼ਾਰ ਨਹੀਂ ਹੈ ?	is it not a bazar ?
ਹਾਂ ਓਹ ਅਫਸਰ ਹੈ ।	yes, he is an officer
ਨਹੀਂ ਇਹ ਸਕੂਲ ਹੈ ।	no, this is a school
ਨਹੀਂ, ਇਹ ਹਸਪਤਾਲ ਹੈ ।	no, this is a hospital
ਹਾਂ ਜੀ ਓਹ ਕੁਲੀ ਹੈ ।	yes please, he is a cooly
ਹਾਂ ਇਹ ਡਾਕਖ਼ਾਨਾ ਨਹੀਂ ਹੈ ।	yes, this is not a post office
ਨਹੀਂ, ਓਹ ਅਫਸਰ ਨਹੀਂ ਹੈ ।	no, he is not an officer

Some Verbs

to ask	ਪੁਛਣਾ	(puchhna)
to buy	ਖਰੀਦਣਾ	(kharidna)
to be	ਹੋਣਾ	(hona)
to bathe	ਨਹਾਣਾ	(nahana)
to break	ਟੁੱਟਣਾ	(tutna)

to burn	ਬਲਣਾ	(balna)
to come	ਔਣਾ	(auna)
to catch	ਫੜਣਾ	(pharna)
to cut	ਵਫਣਾ	(vadhna)
to dance	ਨਚਣਾ	(nachna)
to do	ਕਰਨਾ	(karna)
to drink	ਪੀਣਾ	(peena)
to drown	ਡੁਬਣਾ	(dubna)
to escape	ਬਚਣਾ	(bachna)
to enter	ਵੜਣਾ	(varna)
to fall	ਢਹਿਣਾ	(dehnra)
to fall	ਡਿਗਣਾ	(digna)
to dance	ਨਚਣਾ	(nachna)
to fear	ਡਰਨਾ	(darna)
to get up	ਓਠਣਾ	(uthna)
to go	ਜਾਣਾ	(jana)
to give	ਦੇਣਾ	(dena)
to hear	ਸੁਣਨਾ	(sunna)
to jump	ਕੁੱਦਣਾ	(kudna)
to keep	ਰਖਣਾ	(rakhna)
to know	ਜਾਣਨਾ	(janana)
to listen	ਸੁਣਨਾ	(sunana)

to leave	ਛਡਣਾ	(chadna)
to live	ਜੀਣਾ	(jeena)
to laugh	ਹਸਣਾ	(hasna)
to make	ਬਨਾਉਣਾ	(banauna)
to meet	ਮਿਲਣਾ	(milna)
to open	ਖੋਲਣਾ	(kholna)
to play	ਖੇਡਣਾ	(khedna)
to put	ਪਾਓਣਾ	(paona)
to read	ਪੜਣਾ	(parna)
to reach	ਪਹੁੰਚਣਾ	(pahuchna)
to ring	ਵਜਣਾ	(vajne)
to sing	ਗਾਣਾ	(gana)
to stitch	ਸੀਣਾ	(seena)
to sit	ਬੈਠਣਾ	(baithna)
to sew	ਸੀਣਾ	(seena)
to swim	ਤੈਰਨਾ	(terna)
to stop	ਰੁਕਣਾ	(rukna), ਠਹਿਰਨਾ (thaherna)
to speak	ਬੋਲਣਾ	(bolna)
to see	ਵੇਖਣਾ	(vekhna)
to sink	ਡੁਬਣਾ	(dubna)
to say	ਆਖਣਾ	(aakhna)
to smile	ਹਸਣਾ	(hasna)

to sleep	ਸੌਣਾ	(saona)
to sell	ਵੇਚਣਾ	(vechna)
to stay	ਰਹਿਣਾ	(rahina)
to be seen	ਦਿਖਣਾ	(dikhna)
to touch	ਛੂਹਣਾ	(chhuhna)
to take out	ਕਢਣਾ	(kadhna)
to tremble	ਕੰਬਣਾ	(kambna)
to think	ਸੋਚਣਾ	(sochna)
to take	ਲੈਣਾ	(layna)
to wish	ਚਾਹੁਣਾ	(chauhna)
to weep	ਰੋਣਾ	(raona)
to walk	ਟੁਰਨਾ	(turna)
to write	ਲਿਖਣਾ	(likhna)
to wake	ਜਾਗਣਾ	(jagna)
to wash	ਧੋਨਾ	(dhona)

Exercise

Q. Translate into Punjabi

(1) this is a table
(2) he is not a man
(3) who are you ?
(4) no, he is not an officer
(5) is he in the house ?

Ans. (੧) ਇਹ ਮੇਜ਼ ਹੈ

(੨) ਓਹ ਆਦਮੀ ਨਹੀਂ ਹੈ

(੩) ਤੂੰ ਕੋਨ ਹੈ ?

(੪) ਨਹੀਂ, ਓਹ ਅਫਸਰ ਨਹੀਂ ਹ

(੫) ਕੀ ਓਹ ਘਰ ਹੈ ?

Q. Read the following :

(੧) ਫੜਦਾ (੨) ਲਿਖਣਾ (੩) ਕਰਨਾ (੪) ਆਖਣਾ (੫) ਵੇਖਣ

Ans. (1) pharrna (catch); (2) likhna (write) (3) karna (do); (4) aakhna (say); (5) vekhna (see or look)

Compound Verbs with Roots

a. ਓਹ ਆ / ਬੈਠ / ਥੱਕ ਗਿਆ ।

he came/sat/is tired (he sat down tired)

ਮੈਂ ਓਠੱ ਬੈਠਾ ? may I get up ?

ਤੁਸੀ ਇਹ ਕੰਮ ਕਰ ਲਵੋ ।

you finish up this job.

ਅਸੀਂ ਜ਼ਰਾ ਹਸ ਪਏ ।

we broke into a little laughter.

b. ਤਿੰਨ ਆਦਮੀ ਨਦੀ ਵਿੰਚ ਡੁਬ ਮੋਏ ।

three men were drowned in the river.

ਓਹ ਆਪਣਾ ਕੰਮ ਕਰ ਚਲਿਆ ਸੀ ।

he was going after doing his work.

ਮੈਨੂੰ ਇਕ ਦੋਸਤ ਆ ਮਿਲਿਆ ।
a friend came and met me.

ਅਸੀਂ ਇੰਨਾ ਔਖਾ ਕੰਮ ਨਹੀਂ ਕਰ ਸਕਦੇ ।
we cannot do such a difficult task.

In the above sentences the underlined are compound verbs.

1. The strueture of the verb is the same in both (a), and (b) i.e. the main verb is in the root form and the subsidiary verb is conjugated according to tense, mood, number, gender and person.

2. There is a special purpose of marking two groups of sentencs. Under 'a' two verbs convey a single idea, while under 'b', the two verbs retain their individual meaning. In fact, in the second category, it is said that one action (subsidiary) takes place after the other (main one).

3. The following verbs follow the main verbs in its root form :

ਆਉਣਾ	auna	to come
ਜਾਣਾ	jauna	to go
ਉਠਣਾ	utthna	to rise
ਬੈਠਣਾ	baithna	to sit

ਲੈਣਾ	laina	to take
ਦੇਣਾ	daina	to give
ਪੈਣਾ	dhaina	to fall
ਸੁਟਣਾ	sutna	to throw
ਰਹਿਣਾ	rahina	to continue
ਸਕਣਾ	sakna	can
ਮਰਨਾ	marna	to die
ਮਾਰਨਾ	marna	to beat
ਰਖਣਾ	rakhna	to keep
ਛਡਣਾ	chhadna	to leave

Compounds with present participles

ਗੋਪਾਲ ਬਹੁਤ ਤੇਜ ਨਠਦਾ (ਚਲਾ) ਜਾਂਦਾ ਹੈ ।

Gopal bahut tez nathda (chala) janda hai

(Gopal goes on running very fast)

ਅਸੀਂ ਇਥੇ ਕਈ ਸਾਲਾਂ ਤੋਂ ਰਹਿੰਦੇ (ਚਲੇ) ਆਏ ਹਾਂ ।

assin ithe kayi salan tun rahinde (chale) aaye haan

(we have been living here since several years)

1. The main verb is in the present participle form which changes with gender and number.

2. The subsidiary verb is conjugated in tense, mood, gender, number and person.

3. The number of such compound verbs is very limited.

a. ਓਹ ਚਾਹ ਪੀਣ ਲਗਾ ਹੈ ।
(oh chah peen lagga hai)
(he is about to drink tea.)

ਮੈਥੋਂ ਇਹ ਕੰਮ ਨਹੀਂ ਕਰ (ਨ) ਹੁੰਦਾ।
(maithoon eh kam nahin (karan) honda)
(this wotk cannot be donc by me.)

ਮੈਂ ਓਹਨੂੰ ਸ਼ਰਾਬ ਨਹੀਂ ਪੀਣ ਦੇਵਾਂਗਾ।
(main oohnu sharab nahin peen devanga)
(I shall not let (allow) him (to) drink wine)

b. ਮੈਂ ਹੁਣੇ ਜਾਣਾ ਚਾਹੁੰਦਾ ਹਾਂ ।
(main hune jana chahunda haan)
(I want to go just now)

ਤੈਨੂੰ ਇਹ ਕੰਮ ਕਰਨਾ ਪਵੇਗਾ (ਪਏਗਾ)
(tainoo eh kam karna pavega (payega)
(you will have to do this work)

ਸਾਨੂੰ ਇਹੋ ਜਿਹੇ ਕੰਮ ਕਰਨੇ ਪੈਂਦੇ ਹਨ ।
(sanu iho jehe kam karne painde han)
we have to do such jobs)

From the above sentences we find :

1. There are certain subsidiary verbs (ਲਗਣਾ) denoting 'to begin to......' (ਹੋਣਾ) denoting

'possibility' and (ਦੇਣਾ) denoting 'permission with which the main verb is in indeclinable infinitive form i.e. without terminal–a.

2. Note the difference between ਮੈਥੋਂ ਤਿਹ ਕੰਮ ਨਹੀਂ ਕਰ (ਨ)ਹੁੰਦਾ, I cannot do this work; and ਮੈਨੂੰ ਇਹ ਕੰਮ ਨਹੀਂ ਕਰਨਾ ਹੁੰਦਾ, I have not to do this work.

More Compound Verbs

There is another imporant category of compound verbs which are formed with nouns or adjectives. The idea af action is one, although there are two words. The following are common verbs added to substantives.

1. ਕਰਨਾ, as ਮਾਫ਼ ਕਰਨਾ—maf karna (to pardon, to forgive); ਸ਼ਿਕਾਰ ਕਰਨਾ—shikar karna (to hunt); ਬੰਦ ਕਰਨਾ—band karna (to close); ਯਾਦ ਕਰਨਾ—yad karna (to remember); ਜਮ੍ਹਾ ਕਰਨਾ—jama. karna (to add); ਅਫ਼ਸੋਸ ਕਰਨਾ—afsos karna (to regret); ਗੰਦਾ ਕਰਨਾ—ganda karna (to spoil); ਢੇਰ ਕਰਨਾ—dher kerna (to pile); ਨਮਸਕਾਰ ਕਰਨਾ- namaskar karna (to salute); ਮਨਜ਼ੂਰ ਕਰਨਾ—manzoor karna (to accept)

The number of such compounds is quite large.

2. ਹੋਣਾ, as ਸਵਾਰ ਹੋਣਾ–swar hona(to ride, to mount); ਗੁਸੇ ਹੋਣਾ–gusse hona (to be angry)

3. ਆਉਣਾ, as ਕ੍ਰੋਧ ਆਉਣਾ–karodh auna (to be angry); ਸ਼ਰਮ ਆਉਣਾ–sharm auna (to be ashamed); ਯਾਦ ਆਉਣਾ yad auna (to remember); ਬੁਖ਼ਾਰ ਆਉਣਾ–bukhar auna (to have fever); ਹੋਸ਼ ਆਉਣਾ–hosh auna (to come to senses); ਕੰਮ ਆਉਣਾ–kam auna (to be useful).

4. ਮਾਰਨਾ, as ਝੂਠ ਮਾਰਨਾ–jhoot marna (to tell a lie); ਵਾਜ ਮਾਰਨਾ–vaj marna (to shout).

5. ਲਗਨਾ, as ਭੁੱਖ ਲਗਣਾ–bhukh lagna (to feel hungry); ਪਿਆਸ ਲਗਣਾ–piyas lagna (to feel thirsty); ਬੁਰਾ ਲਗਣਾ–bura lagna (tc take ill); ਪਤਾ ਲੱਗਣਾ–pata lagna (to come to knowledge).

6. ਦੇਣਾ, as ਉਧਾਰ ਦੇਣਾ–udhar dena (to lend), ਧੱਕਾ ਦੇਣਾ -dhaka dena (to push); ਸਲਾਹ ਦੇਣਾ–salah dena (to give advice).

REVISION

Q. Translate into English

(A)

1. ਕੁਰਸੀ ਤੇ ਬੈਠ । kursi te baith

2. ਕਮਲ ਦਾ ਫੁੱਲ ਨਾ ਤੋੜ । kamal da phul na tor

3. ਕੰਨ ਵਿਚ ਉਂਗਲੀ ਨਾ ਪਾ । kan vich ungli na pa

4. ਘਰ ਜਾ । ghar ja

5. ਮੇਰੇ ਵਲ ਵੇਖ । mere val vekh

6. ਚਾਚਾ ਕਿਸੇ ਨੂੰ ਚਾਕੂ ਨਹੀਂ chacha kise nu chaku
   ਦੇਂਦਾ । nahin denda

7. ਅਸੀਂ ਪਰਸੋਂ ਬਾਜ਼ਾਰ assin parsn bazar
   ਜਾਵਾਂਗੇ । jawange

8. ਤੁਸੀ ਭੈਣਾ ਨੂੰ ਚਿੱਠੀਆਂ tussin bhaine nu chithi-
   ਕਿਉਂ ਲਿਖਦੇ ਹੋ । yan kiun likhde ho

9. ਮੈਂ ਰੋਟੀ ਖਾਂਦਾ ਹਾਂ । main roti khanda han

10. ਮੈਂ ਸਕੂਲ ਜਾਵਾਂਗਾ । main skool javanga

Ans. 1. sit on the chair. 2. do not pluck the lotus flower. 3. do not put your finger in the ear. 4. go home. 5. look at me. 6. uncle does not give knife to anyone. 7. we shall go to the market tomorrow. 8. why do you write letters to sisters. 9. I eat food. 10. I shall go to school.

(B)

੧. ਬਚੇ ਅਨਾਰ ਲੈਂਦੇ ਹਨ ।
(bache anaar lainde han)
the children take pomegrenate

60

੨. ਕੁੜੀਆਂ ਨਚਦੀਆਂ ਗਾਂਦੀਆਂ ਹਨ । .
(kurrian nachdiyan gandian han)
girls dance and sing

੩. ਓਹ ਕਾਪੀ ਵੇਖਦਾ ਹੈ, ਲੈਂਦਾ ਹੈ, ਛੂੰਹਦਾ ਹੈ ।
(oh copy vekhda hai, lainda hai, chhunda hai)
he sees the copy, takes it, touches it

੪. ਬਚਾ ਸ਼ਕੂਲ ਜਾਂਦਾ ਹੈ । ਪੜਦਾ ਹੈ ।
(bacha skool janda hai, parhda hai)
the child goes to school (he) studies

੫. ਨੌਕਰ ਰੋਟੀ ਪਕੀਦਾ ਹੈ । ਖਾਂਦਾ ਹੈ ।
(naukar roti pakanda hai, khanda hai)
the servant cooks food, (he) eats it

੬. ਬੱਚੀਆਂ ਸਬਜ਼ੀ, ਫਲ ਖਾਦੀਆਂ ਹਨ ।
(bachian sabzi, phal khadiyan han)
(female) (children eat vegetables and fruit)

੭. ਡਾਕਟਰ ਕਾਗਜ਼ ਗੰਦੇ ਕਰਦਾ ਹੈ, ਸੋਚਦਾ ਹੈ, ਹਸਦਾ ਹੈ ।
(daktar kazaz gande karda hai, sochda hai, hasda hai)
the doctor makes the paper dirty, thinks, smiles

੮. ਓਹ ਘਰ ਜਾਦਾਂ ਹੈ, ਪਾਣੀ ਪੀਦਾਂ ਹੈ ।
(oh ghar janda hai, pani peende hai)
he goes home, drinks water

LESSON 10

MORE ABOUT VERBS

Absolutive

When in a sentence one action immediately follows another, the one occurring first takes the absolute form, hence it is called absolutive.

Example : I will come after I take tea. This sentence has two verbs, "come" being first is absolutive. In Punjabi we will say.

ਮੈਂ ਚਾਂਹ ਪੀ ਕੇ ਆਵਾਂਗਾਂ ।

(main chah pike avanga)

Other Examples

1. he came running
   ਓਹ ਦੌੜ ਕੇ ਆਇਆ ।
   (oh daur ke aaya)

2. he came after going there
   ਓਹ ਉਥੋਂ ਹੋ ਕੇ ਆਇਆ ।
   (oh uthon ho ke aaya)

3. he came and sat down
   ਓਹ ਆ ਕੇ ਬੈਠ ਗਿਆ ।
   (oh aa ke baith giya)

1. In the absolutive form the root is "ਕੇ" (after doing, having done); as in "ਲੈ ਕੇ" (after taking) "ਦੋੜ ਕੇ", (after running, having run).

2. The absolutive form is adverbial in nature and, therefore, not affected by gender, number or person.

3. The order in the sentence is the logical order in the action.

Causal Verbs

Causal verbs mean words which cause some action to be done.

a. (1)	ਮੈਂ ਪੜਦਾ ਹਾਂ	main parhda kan (I read)
	ਮੈਂ ਪੜ੍ਹਾਉਂਦਾ ਹਾਂ	main parhaunda han (I teach)
	ਲੋਹਾ ਪਿਘਲਦਾ ਹੈ	loha pighalda hai (iron melts)
(2)	ਓਹ ਸ਼ੀਸਾ ਪਿਘਲਾਓਂਦਾਂ ਹੈ	oh sisa pighlaunda nai (he meltiss lead)
(3)	ਤੂੰ ਕੀ ਵੇਖਦਾ ਹੈ ?	tun ki vekhada hain (what do you see ?)
	ਤੂੰ ਕੀ ਵਿਖਾਓਂਦਾਂ ਹੈ ?	tun ki vikhaunda hain (what do you show ?)

In the above sentences the words "ਪੜ੍ਹਾਉਂਦਾ" "ਪਿਆਉਂਦਾਂ", "ਵਿਖਾਉਂਦਾਂ" are causal.

b (1)	ਓਹ ਦੋੜਦਾ ਹੈ	oh dorda hai (he runs)
	ਮੈਂ ਓਹਨੂੰ ਦੁੜਾਉਂਦਾਂ ਹਾਂ	main uhnu dauranda han (I make him run)
(2)	ਓਹ ਲੇਟਦ ਹੈ	oh letda hai (he lies down)
	ਓਹ ਬਚੇ ਨੂੰ ਲਿਟਾਂਉਂਦਾਂ ਹੈ	oh bache nu litaunda hai (he makes the child lie down)
(3)	ਮੈਂ ਆਪਣੇ ਕਪੜੇ ਧੋਂਦਾ ਹਾਂ	main apne kapre dhona han (I wash my clothes)
	ਮੈਂ ਆਪਣੇ ਕਪੜੇ ਧੁਵਾਉਂਦਾ ਹਾਂ	main apne kapre dhua-nda hau (I get my clothes washed)

In these sentences 'ਦੁੜਾਉਂਦਾ', 'ਲਿਟਾਉਂਦਾਂ', ਧੁਵਾਉਂਦਾ', are causal.

1. Causal verbs are an important feature of Punjabi. They are invariably transitive, as in 'a', above. In English there are separate words for intransitive as 'see' and transitive

as 'show'. Sometimes the same word, as 'melt' or 'burn' serves as transitive as well as intransitive. Sometimes, we have to translate into "make somebody do" or "get a thing done", as in "b" above. In Punjabi, there is uniformity of construction.

2. The causals are usually made by appending –'ਆ' or –'ਆਉ' to the root verb but, as in such cases the stress is on the second syllable, the first (i.e. prestressed) syllable becomes weak and short. Compare–

ਸੁਟਣਾ – sutna (to throw)	ਸੁਟਾਅਣਾ – sutauna (to get it thrown)
ਵੇਖਣਾ – vekhna (to see)	ਵਿਖਾਓਣਾਂ – vikhauna (to show)
ਫੜਨਾ – pharna (to hold)	ਫੜਾਅਣਾ – pharauna (to make somebody hold)

3. A V-glide is inserted when a root ends in a long vowel. The shortening of that vowel is of course, essential.

Examples

ਧੋਣਾ – dhona   ਧੁਵਾਣਾ – dhuvana
(to wash)   (to get washed)
ਖਾਣਾ – khana   ਖਵਾਣਾ – khuvana
(to eat)   (to get eaten)

4. Some verbs have "ਆ" inserted between the letters of the roots, as in

ਬਲਣਾ – balna   ਬਾਲਣਾ – baalna
(to burn)   (to get burnt)
ਵੜਨਾ – varna   ਵਾੜਨਾ – vaarna
(to enter)   (to get entry)

5. If the active verb is transitive, the causal form has two objects, expressed or unexpressed, as in

ਬਚਾ ਦੁੱਧ ਪੀਂਦਾ ਹੈ ।
bacha dudh peenda hai
(the child drinks (sucks) milk)

ਮੈਂ ਬਚੇ ਨੂੰ ਦੁਧ ਪਿਲਾਂਦੀ ਹਾਂ ।
main bache nu dudh pilaundi han
(I am getting the child drink milk)

Second Causal

Some verbs have an additional causal form.

66

usually called the 'second causal' which is made by appending -ਵਾ or -ਵਾਓ to the root.

Such verbs are those which indicate real activity in the second causal sense, as ਚਿਠੀ ਪੜ੍ਹਵਾਂਣਾ, –chithi parhv,ana (to get a person ask another person to read the letter)

੧. ਮੈਂ ਚਿਠੀ ਲਿਖਾਂਦਾ ਹਾਂ (ਮੈਂ ਚਿਠੀ ਲਿਖਵਾਂਦਾ ਹਾਂ)
ਮੈਂ ਚਿਠੀ ਲਿਖਵਾਓਂਦਾ ਹਾਂ.

Verbs ending in long consonants have only one causal form.

Vocabulary

1. ਵੇਖਣਾ (to see), ਵਿਖਾਣਾ (to show, to make some body see), ਵਿਖਵਾਣਾ (to tell someone to get another person see).

   ਜਾਗਣਾ (to wake up), ਜਗਾਣਾ (to awaken to make a person wake up), ਜਗਵਾਣਾ (to get a person awakened by another).

   ਸੁਣਨਾ (to listen), ਸੁਨਾਣਾ (to make listen), ਸੁਣਵਾਣਾ (to get a person make someone else to (listen)

   ਬੋਲਣਾਂ (to speak), ਬੁਲਾਣਾ (to call, to make a person speak), ਬੁਲਵਾਣਾ (to make someone to call some one else to speak).

   ਲੜਨਾ (to quarrel), ਲੜਾਣਾ (to make...fight); ਲੜਵਾਣਾ (to make somebody else to excite others to fight).

ਬਚਣਾ (to save oneself), ਬਚਾਣਾ (to save another); ਬਚਵਾਣਾ (to get somebody save another).

Similarly ਕਢਣਾ (to take out), ਖੁਲ੍ਹਣਾ (to open (into), ਖੇਡਣਾ (to play), ਕਟਣਾ (to cut), ਬਨ੍ਹਣਾ (to tie) ਹਿਲਣਾ (to move into), ਹਟਣਾ (to get aside), get their causal forms in ਆ and ਵਾ.

Exercise

Translate into English

1. ਇਕ ਦਿਨ ਕੁੜੀਆਂ ਗੇਦ ਖੇਡ ਰਹਿਆਂ ਸਨ। ਓਨਾਂ ਦੀ ਗੇਦ ਬਾਰ-ਬਾਰ ਇਕ ਘਰ ਦੀ ਬਾਰੀ ਦੇ ਨਾਲ ਵਜ੍ਹਣ ਲਗਦੀ ਸੀ। ਇਕ ਕੁੜੀ ਨੇ ਆਖਿਆ "ਇਸ ਪਾਸੇ ਗੇਦ ਨਾ ਸੁਟੋ ਅਜ਼ੋਹਾਨ੍ਹਾ ਹੋਵੇ ਓਸ ਘਰ ਦੀ ਬਾਰੀ ਟੁਟ ਜਾਵੇ"। ਪਰ ਕੁੜੀਆਂ ਨਾ ਮਨਿਆਂ। ਇਸ ਤਰਾਂ ਜਦ ਅਗਲੀ ਵਾਰ ਓਨ੍ਹਾਂਨੇ ਗੇਂਦ ਸੁਟੀ ਤੇ ਓਸ ਘਰ ਦੀ ਖਿੜਕੀ ਦਾ ਸ਼ੀਸ਼ਾ ਟੁਟ ਗਯਾ।

One day girls were playing with a ball. Their ball again and again struck the window of a house One girl said, "don't throw the ball this side lest the window of that house should break. But the girls did not agree. When they threw the next ball, the glasspane of the window of that house was broken.

2. ਇਕ ਕੁੜੀ ਗੇਂਦ ਖੇਡ ਰਹੀ ਸੀ। ਖੇਡਦਯਾਂ ਓਸਨੂ ਬਹੁਤ ਦੇਰ ਹੋ ਗਯੀ। ਜਦੋਂ ਔ ਆਪਣੇ ਘਰ ਗਯੀ ਤਾਂ ਓਸ ਲੜਕੀ ਦੀ ਮਾਂ ਨੇ ਪੁਛਿਆ ਕਿ ਦੇਰ ਕਿਸ ਕਾਰਕੇ ਹੋ ਗਯੀ। ਤਾਂ ਲੜਕੀ ਕਹਿਣ ਲਗੀ, "ਮੈਂਨੂ ਤਾਂ ਮੇਰੀ ਸਹੇਲੀ ਨੇ ਬਿਠਾ ਰਖਿਆ ਤਾਂ ਮੈਂਨੂ ਦੇਰ ਹੋ ਗਯੀ"। ਇਹ ਸੁਣ ਕੇ ਮਾਂ ਨੇ ਲੜਕੀ ਨੂੰ ਕੁਝ ਨਾ ਆਖਿਆ।

A girl was playing a ball. She played for very long. When she went to her house her mother asked what had delayed her so long. The girl said "My friend made me sit late, that is why I was delayed." Hearing this, the mother said nothing to the girl.

3. ਇਕ ਮੁੰਡਾ ਪਤੰਗ ਚੜਾਂਦਾ ਸੀ। ਪਤੰਗ ਓੱਚੀ ਚੜ੍ਹ ਗਈ। ਓਹ ਦੇਰ ਨਾਲ ਘਰ ਗਿਆ। ਮਾਂ ਨੇ ਪੁੱਛਿਆ—ਤੂੰ ਦੇਰ ਕਿਉਂ ਲਾਈ? ਓਹ ਕਹਿਣ ਲਗਾ —ਮੈਂਨੂੰ ਆਪਣੇ ਦੋਸਤ ਨੇ ਦੇਰ ਲਵਾ ਦਿਤੀ ਹੈ। ਮੈਂ ਤਾਂ ਛੇਤੀ ਆ ਰਿਹਾ ਸਾਂ। ਓਹਨੇ ਓਠੱਣ ਨਾ ਦਿਤਾ। ਮੈਂ ਓਹਦੀ ਮਾਂ ਕੋਲੋਂ ਅਖਵਾਇਆ, ਇਹਨੂੰ ਜਾਣ ਦੇ ਪਰ ਓਹ ਬੜਾ ਜ਼ਿੱਦੀ ਸੀ। ਗੱਲਾਂ ਕਰਦਾ ਰਿਹਾ। ਮੁਸ਼ਕਲ ਨਾਲ ਜਾਨ ਛਡਾਂ ਕੇ ਆਇਆ ਹਾਂ।

A boy was flying a kite. the kite went high up. He went home late. The mother asked, "why are you late"? The boy said, " I have been delayed by my friend. I wanted to come quickly. He did not allow me to leave. I got his mother tell him to let me go. But he was very obstinate– went on talking. With great difficulty I got rid of him."

4. ਇਕ ਦਿਨ ਇਕ ਮੁੰਡਾ ਸਕੂਲ ਤੋਂ ਘਰ ਜਾ ਰਿਹਾ ਸੀ। ਰਸਤੇ ਵਿਚ ਓਸਨੇ ਵੇਖ਼ਿਆ ਇਕ ਆਦਮੀ ਜਿਸਦੇ ਪੈਰ ਠੀਕ-ਠਾਕ ਨਹੀਂ ਸਨ ਬੈਠਾ ਕਹਿ ਰਿਹਾ ਸੀ "ਪਰਮਾਤਮਾ ਦੇ ਨਾਮ ਤੇ ਕੁਝ ਦਓ।" ਓਹ ਮੁਡੇ ਨੂੰ ਖਰਚਨ ਵਾਸਤੇ ਆਪਣੇ ਘਰ ਤੋਂ ਪਜਾਂਹ ਪੈਸੇ ਮਿਲੇ ਸਨ। ਓਸਨੇ ਮਗਨ ਵਾਲੇ ਨੂੰ ਦੇ ਦਿਤੇ। ਇਸ ਤਰਾਂ ਓਸ ਮੁੰਡੇ ਨੇ ਇਕ ਗਰੀਬ ਆਦਮੀ ਦੀ ਮਦਦ ਕੀਤੀ।

One day a boy was going home from school. He saw on the way that a man with disabled feet was sitting and saying, "in God's name give some thing". That boy had got fifty paise as pocket money. He gave it to the beggar. This way the boy helped a poor man.

Q. Translate into Punjabi

1. you may be feeling hungry, eat some bread
2. he had been studying whole-heartedly
3. we went to bazar yesterday
4. you will have to go to school
5. we go for a walk daily these days
6. I read a book
7. I get the room cleaned by a servant, why do you make it dirty ?

8. excuse me, why are you getting angry with me ?
9. what do you do these days ?
10. I write a letter to my friend

Ans. ੧. ਤੈਨੂੰ ਭੁੱਖ ਲੱਗੀ ਹੋਵੇਗੀ, ਥੋੜੀ ਰੋਟੀ ਖਾ ਲੈ ।

੨. ਓਹ ਬੜੇ ਦਿਲ ਨਾਲ ਪੜਾਈ ਕਰਦਾ ਰਹਿੰਦਾ ਹੈ ।

੩. ਅਸ਼ਾਂ ਕਲ ਬਾਜ਼ਾਰ ਗਏ ਸੀ ।

੪. ਤੈਨੂੰ ਸਕੂਲ ਜਰੂਰ ਜਾਣਾ ਪਏਗਾ ।

੫. ਅਸੀਂ ਅਜ ਕਲ ਰੋਜ ਸ਼ੈਰ ਕਰਨ ਜਾਂਦੇ ਹਾਂ ।

੬. ਮੈਂ ਕਿਤਾਬ ਪੜਦਾ ਹਾਂ ।

੭. ਮੈਂ ਨੌਕਰ ਪਾਸੋਂ ਕਮਰਾ ਸਾਫ਼ ਕਰਾਂਦਾ ਹਾਂ ਤੇ ਤੁਸੀਂ ਗੰਦ ਕਿਓ ਪਾ ਦੇਂਦੇ ਹੋ ?

੮. ਮਾਫ਼ ਕਰਨਾ, ਮੈਂਨੂੰ ਗੁੱਸੇ ਕਿਓ ਹੁੰਦੇ ਹੋ ?

੯. ਤੁਸੀਂ ਅਜ ਕਲ੍ਹ ਕੀ ਕਰਦੇ ਹੋ ?

੧੦. ਮੈਂ ਆਪਣੇ ਦੋਸਤ ਨੂੰ ਚਿਠੀ ਲਿਖਦਾ ਹਾਂ ।

LESSON 11

TENSES

ਕਾਲ

There are three tenses in Punjabi–present, past and future–as in any other language. We will discuss each one by one.

1. Present tense
1st and 2nd person

1. ਮੈਂ ਕੀ ਕਰਦਾ ਹਾਂ ?	(main ki karda hain)
what do I do ?	(masculine)
2. ਤੂੰ ਨਾਂਦਾ ਹੈਂ ?	(tun nahnda hain)
you take a bath	(masculine singular)
3. ਮੈਂ ਕੀ ਕਰਦੀ ਹਾਂ ?	(main ki kardi haun)
what do I do ?	(feminine)
4. ਅਸੀ ਕੀ ਕਰਦੇ ਹਾਂ ?	(assi ki karde haun)
what do we do ?	(masculine plural)
5. ਅਸੀ ਕੀ ਕਰਦੀਆਂ ਹਾਂ ?	(assi ki kardian haun)
what do we do ?	(feminine plural)
6. ਤੁਸੀਂ ਟੁਰਦੀਆਂ ਹੋ	(tussi turdian ho)
you (ladies) walk	(feminine plural)

From these sentences we find that change in the form of the verb clearly indicates the gender

of the noun—ਕਰਦਾ (masculine), ਕਰਦੀ (feminine)
ਤੁਰਦਾ (masculine), ਤੁਰਦੀਆ (feminine)

1. In English sentences like 'we go' or 'you go' the gender is not clear, but in Punjabi, the gender is made clear in the participle. Hence the declension of the verbal form according to gender is very significant and essential.

2. The participle changes with gender and number, and the auxiliary verb with number and person.

3. The following are the forms of the auxiliary verb ਹੋਣਾ, (to be) in the present tense

	singular	plural
3rd per	ਹੈ	ਹੈਨ (ਹਨ)
2nd per	ਹੈਂ	ਹੋ
1st per	ਹਾਂ	ਹਾਂ

2. Present Continuous

ਓਹ ਕੀ ਕਰਦਾ ਹੈ ?　　　　(oh ki karda hay)
　　　　　　　　　　　　(what is he doing ?
　　　　　　　　　　　　or, what does he do ?)

73

ਓਹ ਪੜਦਾ ਹੈ ।	(oh parda hay) (he is reading)
ਓਹ ਉਠਦਾ ਹੈ ।	(oh utthda hay) (he rises)
ਓਹ ਬੈਠਦਾ ਹੈ ।	(oh baithda hay) (he sits)
ਓਹ ਕੰਮ ਕਰਦਾ ਹੈ ।	(oh kam karda hay) (he is doing work)
ਓਹ ਕਿਤਾਬ ਪੜ੍ਹਦਾ ਹੈ ।	(oh kitab parhda hay) (he is reading a book)

1. From the above examples we find that the present tense (mas. sing.) is formed by adding — ਦਾ to the root, and supplementing it with sing. ਹੈ or pl. ਹਨ ।

2. But, if the root ends in a vowel the latter is nasalized; as : ਜਾਂਦਾ jandan (goes); ਪੀਂਦਾ peenda (drinks); ਲੈਂਦਾ lainda (takes); ਦੇਂਦਾ dainda (gives); ਛੁੰਹਦਾ chhehnda (touches); ਰੋਂਦਾ ronda (weeps); ਸੌਂਦਾ saunda (sleeps).

3. If the root ends in–a, we have a u– glide optionally. as ਗਾਂਉਦਾ gaunda (sings), or ਗਾਂਦਾ ganda (sings).

4. In fact, in these cases –ਦਾ is a present participle form; and because participles behave like adjectives, the form is declined in gender and number

Masc. sing.

ਬੱਚਾ ਬੋਲਦਾ ਹੈ ।   (bacha bolda hai)
                    (the child speaks)

ਕੁੱਤਾ ਟੁਰਦਾ ਹੈ ।   (kuta turda hai)
                    (the dog walks)

ਚਿੜਾ ਗਾਂਦਾ ਹੈ ।   (chirra ganda hai)
                    (a bird sings)

Masc. pl.

ਡਾਕਟਰ ਕੀ ਕਹਿੰਦੇ ਹਨ ?   (daktar ki kehende hain
                        (what do doctors say ?)

ਸਾਧੂ ਨਹੀਂ ਡਰਦੇ ਹਨ ।   (sadhu nahin darde hain)
                      (sadhus do not fear)

Fem. sing.

ਬਚੀ ਕੀ ਆਖਦੀ ਹੈ ?   (bachi ki aakhdi hai)
                    (what does the (female)
                    child say ?)

ਕੁਤੀ ਦੌੜਦੀ ਹੈ ।   (kuti daordi hai)
                  (a bitch runs)

75

ਚਿੜੀ ਗਾਂਦੀ ਹੈ ।　　　(chirri gandi hai)
　　　　　　　　　　　(a she-bird sings)

Fem. pl.

ਕੁੜੀਆਂ ਨਚਦੀਆਂ ਹਨ ।　(kurrian nachdiyan han)
　　　　　　　　　　　(girls dance)
ਮਾਂਵਾਂ ਕੰਮ ਕਰਦੀਆਂ ਹਨ ।　(mawan kam kardian
　　　　　　　　　　　han)
　　　　　　　　　　　(mothers do work
　　　　　　　　　　　(mothers work)

Note that in the present tense, the auxiliary
verb ends the sentence and has no gender.

When an assertion is made, or a natural
fact stated, the English words "is" and 'are'
—are rendered by ਹੁੰਦਾ ਹੈ, ਹੁੰਦੇ ਹਨ, etc.

Examples

ਕੁਤਾ ਗੰਦਾ ਹੁੰਦਾ ਹੈ ।　　kuta ganda honda hai
　　　　　　　　　　　(the dog is ugly)
ਮਾਂਵਾਂ ਚੰਗੀਆਂ ਹੁੰਦੀਆਂ ਹਨ ।　mawan changiyan
　　　　　　　　　　　hondian han
　　　　　　　　　　　(mothers are good)
ਓਹ ਕੀ ਕਰਦਾ ਹੈ ?　　(oh ki karda hai)
　　　　　　　　　　　(what does he do ?)

76

ਓਹ ਕੀ ਕਰਦੇ ਹਨ ? (oh ki karde hain)
(what do they do ?)

ਓਹ ਕੀ ਕਰਦੀ ਹੈ ? (oh ki kardi hai)
(what does she do ?)

ਓਹ ਕੀ ਕਰਦੀਆਂ ਹਨ ? (oh ki kardiyan hain)
(what do they do ?)

Past Tense

(A)

Singular

Masc.

ਤੂੰ ਦੌੜਿਆ (tun daoriya) (you ran)
ਮੈਂ ਗਯਾ (main gaya) (I went)
ਓਹ ਆਇਆ (oh aaya) (he came)

Fem.

ਕੁੜੀ ਦੌੜੀ (kurri daori) (the girl ran)
ਬੱਚੀ ਸੁੱਤੀ (bachi suti) (the child slept)
ਭੈਣ ਆਈ (bhain aaye) the sister came)

Plural

Masc.

ਓਹ ਦੌੜੇ (oh daure) (they ran)
ਅਸੀਂ ਦੌੜੇ (assin doore) (v e ran)
ਅਸੀਂ ਸੁੱਤੇ (assin sute) (we slept)

Fem.

ਕੁੜੀਆਂ ਦੌੜੀਆਂ (kurrian daorian) (the girls ran)
ਬਚੀਆਂ ਸੁੱਤੀਆਂ (bachian sutian) (the babies slept)
ਭੈਣਾ ਆਈਆਂ (bhaina aayian) (the sisters came)

1. Note that in each of these cases, the verb is intransitive.

2. The subject is in its ordinry form.

3. The past tense is, in fact, past participle in form. And we know that a participle, like an adjective, ending in –'a' is changed into – 'e' in masc. pl,–'I' in fem. sing and 'ia' in fem. pl. thus ਓਹ ਸੁਤਾ (he slept), ਓਹ ਸੁੱਤੇ (they slept), ਓਹ ਸੁੱਤੀ (she slept), ਓਹ ਸੁੱਤੀਆਂ (they(fem) slept).

4. The normal or masculine common ending of masculine sing is – 'ia' added to the root, as in ਆਈਆ (he) came; ਦੌੜਿਆ (he) ran; ਜਾਗਿਆ (he) woke up; ਚਲਿਆ (he) walked; ਵਜਿਆ (it) rang; ਬੈਠਿਆ (he) sat; ਓਠਿਆਂ (he) got up; etc.

5. ਨਹੀਂ (not) immediately precedes the verb, as usual. ਮੈਂ ਨਹੀ ਸੁੱਤਾ (main nahin suta)I did not sleep; ਕੁੜੀਆਂ ਨਹੀਂ ਦੌੜੀਆਂ (kurriyan nahin daorriyan) the girls did not run.

Past Tense
(B)

a. ਮੈਂ/ਤੂੰ/ਉਸ [ਨੇ] [ਪਾਠ] ਸੁਣਿਆ — ਗਲ ਸੁਣੀ (f)
I/you/he [by] [lesson] listened. — listened the word

ਪਾਠ ਸੁਣੇ (mas. pl.) — ਗੱਲਾਂ ਸੁਣੀਆਂ(f.pl.)
listened lessons. — listened words

ਅਸਾਂ/ਤੁਸਾਂ/ਉਨ੍ਹਾਂ [ਨੇ] [ਪਾਠ] ਸੁਣਿਆ — ਗਲ ਸੁਣੀ
we/you/they/listened a lesson. — listened the word.

ਪਾਠ ਸੁਣੇ — ਗੱਲਾਂ ਸੁਣੀਆਂ
listened lessons — listened words

b. ਮੈਂ/ਤੂੰ/ਉਸ or ਅਸਾਂ/ਤੁਸਾਂ/ਓਨ੍ਹਾਂ [ਨੇ] ਡਾਕਟਰ ਨੂੰ ਦੱਸਿਆ ।
I/you/he or we/you/they told the doctor.

ਮੈਂ ਤੂੰ/ਓਸ or ਅਸਾਂ/ਤੁਸਾਂ [ਨੇ] ਮਾਂ ਨੂੰ ਦੱਸਿਆ ।
I/you/he or we/you/they told the mother.

ਮੈਂ/ਤੂੰ/ਉਸ or ਅਸਾਂ/ਤੁਸਾਂ/ਉਨ੍ਹਾਂ [ਨੇ]ਡਾਕਟਰਾਂ ਨੂੰ ਦੱਸਿਆ ।
I/you/he or we/you/they told the doctors.

ਮੈਂ/ਤੂੰ/ਓਸ or ਅਸਾਂ/ਤੁਸਾਂ/ਉਨ੍ਹਾਂ [ਨੇ]ਮਾਂਵਾਂ ਨੂੰ ਦੱਸਿਆ ।
I/you/he or we/you/they told the mothers.

ਹੋਣਾ, to be, shows existence, and at the same time serves as an auxiliary, as in forming present tense. It is, therefore, very important to make one self thoroughly familiar with these auxiliaries. we have detailed their forms in the present tense. For the past & other tenses, the following may be noted

Past :
Singular
ਮੈਂ / ਤੂੰ / ਓਰ ਬੀਮਾਰ ਸੀ ।
I / thou / he was ill.

Plural
ਅਸੀਂ / ਤੁਸੀਂ / ਓਹ ਦੀਮਾਰ ਸੀ ।
we / you / they were ill.

ਸੀ does not change with gender, numbr or person.

	Singular	Plural
Also 1st per	ਮੈਂ ਬੀਮਾਰ ਸਾਂ	ਅਸੀਂ ਬੀਮਾਰ ਸਾਂ ।
2nd per	ਤੂੰ ਬੀਮਾਰ ਸੈਂ	ਤੁਸੀਂ ਬੀਮਾਰ ਸਓ ।
3rd per	ਓਹ ਬੀਮਾਰ ਸੀ	ਓਹ ਬੀਮਾਰ ਸਨ ।

Extension of Past Participle

ਓਹ ਆਇਆ (oh aaya) he came.
(past indefinite.)
ਓਹ ਆਇਆ ਹੈ (oh aaya hai) he has come.
(present perfect)

ਓਹ ਆਇਆ ਸੀ (oh aaya si) he had come. (past perfect)

ਓਹ ਆਇਆ ਹੋਵੇ (oh aaya hove) if he has/might have. come (present conditional perfect)

ਓਹ ਅ ਇਆ ਹੋਵੇਗਾ (oh aaya hovega) he would have come. (future perfect)

ਓਹ ਆਇਆ ਹੁੰਦਾ (oh aaya hunda) If he had/might have come. (past conditional perfect

Exercise

Q. Translate into Punjabi

1. he went home. 2. I went to my shop. 3. we came by bus. 4. if he has taken his meals, tell me. 5. he must have gone to his friend. 6. have you come now ? 7. we went with him. 8. see, the stars have come out and the moon has come up.

Ans. ੧. ਓਹ ਘਰ ਗਿਆ ਸੀ। ੨. ਮੈਂ ਆਪਣੀ ਦੁਕਾਨ ਤੇ ਗਿਆਂ ਸਾਂ ੩. ਅਸ਼ੀਂ ਬਸ ਤੇ ਆਏ ਸੀ। ੪. ਓਸਨੇ ਰੋਟੀ ਖਾਦੀ ਹੋਵੇ ਤਾਂ ਮੈਨੂੰ ਦਸਣਾ ੫. ਓਹ ਆਪਣੇ ਦੋਸਤ ਕੋਲ ਗਿਆ ਹੋਵੇਗਾ। ੬. ਤੂੰ ਹੁਣ ਆਇਆ ਹੈ ?

੭. ਅਸੀ ਓਹਦੇ ਨਾਲ ਗਏ ਸਾਂ। ੯. ਵੇਖੋ, ਤਾਰੇ ਨਿਕਲੇ ਹਨ, ਚੰਦ ਚੜ੍ਹ ਪਿਆ ਹੈ।

Future Tense

Mas.

ਮੈਂ ਕਲ੍ਹ ਕੰਮ ਕਰਾਂਗਾ।
(main kal kam karanga)
I shall do work tomorrow.

ਤੂੰ ਕਿਤਾਬ / ਕਿਤਾਬਾਂ ਲਿਖੇਂਗਾ।
(tun kitab/kitaban likhenga)
you will write a book/books.

ਚਾਚਾ / ਮਾਮਾ / ਓਹ ਫੁੱਲ ਤੋੜੇਗਾ।
(chacha/mama/oh phul torrega)
uncle/he will pluck flowers.

ਅਸੀਂ ਪਰਸੋਂ ਕੰਮ ਕਰਾਂਗੇ।
(assin parson kam karange)
we shall do work day after tomorrow.

ਤੁਸੀਂ ਕਿਤਾਬ / ਕਿਤਾਬਾਂ ਲਿਖੋਗੇ।
(tussin kitab/kitaban likhoge)
you will write a book/books.

ਚਾਚੇ / ਮਾਮੇ / ਓਹ ਫੁੱਲ ਤੋੜਨਗੇ।
(chache/mame/oh phul torrange)
uncles/they will pluck flowers.

Fem.

ਮੈਂ ਅੱਜ ਇਹ ਕੰਮ ਕਰਾਂਗੀ ।
(main aj eh kam karangi)
I will do this work today.

ਤੂੰ ਕਿਤਾਬ / ਕਿਤਾਬਾ ਲਿਖੇਂਗੀ ।
(tun kitab/kitaban likhengi)
you will write a book/books.

ਚਾਚੀ / ਮਾਮੀ / ਓਹ ਫੁੱਲ ਤੋੜੇਗੀ ।
(chachi/mami/oh phul torregi)
aunt will pluck that flower.

ਅਸੀਂ ਕਰਾਂਗੀਆਂ ।
(assin karangiyan)
we will do.

ਤੁਸੀਂ ਕਿਤਾਬ / ਕਿਤਾਬਾਂ ਲਿਖੋਗੀਆ ।
(tussin kitab/kitaban likhogiyan)
you will write a book/books.

ਚਾਚੀਆਂ / ਮਾਮਿਆਂ / ਓਹ ਫੁਲ ਤੋੜਨ ਗੀਆਂ ।
(chachian/mamian/oh phul torrangiyan)
aunts will pluck that flower.

To form plural, the verb acquires 'ਗਾ' in singular masculine and 'ਗੇ' in plural masculine. For example ਕਰਾਂਗਾ (ਕਰਾਂਗੇ) but 'ਗਾ' changes into 'ਗੀ'

in singular feminine and 'ਗੀਆਂ' in plural feminine
ਤੋੜੇਗੀ (ਤੋੜਨਗੀਆਂ)

Thus the future 'ਗਾ', besides nouns, adjectives and participles, changes with number and gender.

This change is simple and regular.

Exercise

Q. Translate into Punjabi
1. I will do work
2. we will do work
3. he will do work
4. you will do work
5. she will do work
6. they will do work

Ans.   ੧. ਮੈਂ ਕੰਮ ਕਰਾਂਗਾ ।
       ੨. ਅਸੀਂ ਕੰਮ ਕਰਾਗੇ ।
       ੩. ਓਹ ਕੰਮ ਕਰੇਗਾ ।
       ੪. ਤੂੰ ਕੰਮ ਕਰੇਗਾ ।
       ੫. ਓਹ ਕੰਮ ਕਰੇਗੀ ।
       ੬. ਓਹ ਕੰਮ ਕਰਨਗੇ ।

LESSON 12

ADJECTIVES

Adjectives are those words which qualify a noun or pronoun e. i. black boy (ਕਾਲਾ ਲੜਕਾ). In this sentence black is an adjective.

In English, the adjective undergoes no change with the change in the number and gender of the noun or pronoun, but in Punjabi a change comes.

For Example

Sing. Mas.
ਕਾਲਾ ਲੜਕਾ (kala larka) black boy
Fem.
ਕਾਲੀ ਲੜਕੀ (kali larki) black girl
Plur. Mas.
ਕਾਲੇ ਲੜਕੇ (kale larke) black boys
Fem.
ਕਾਲੀ ਲੜਕੀਆਂ (kali larkiyan) black girls

From the above two examples follows the rule that adjective changes with number and gender of the masculine noun. But in the case of femimine noun, singular or plural, the adjective

85

undergoes no change

Other Examples

1. ਓਹ ਅਛਾ ਡਾਕਟਰ ਹੈ ।

   (oh achha daktar hai)

   he is a good doctor

   ਓਹ ਅਛੀ ਡਾਕਟਰ ਹੈ ।

   (oh achhi daktar hai)

   she is a good doctor

2. ਮੈਂ ਚੰਗੇ ਸਕੂਲ ਜਾਂਦਾ ਹਾਂ ।

   (main changge skool janda han)

   I go to a good school

   ਮੈਂ ਚੰਗੇ ਸਕੂਲ ਜਾਂਦੀ ਹਾਂ ।

   (main changge skool jandi han)

   I go to a good school

3. ਤੂੰ ਬੁਰਾ ਮੁੰਡਾ ਹੈਂ ।

   (tun bura munda hain)

   you are a bad boy

   ਤੂੰ ਬੁਰੀ ਕੁੜੀ ਹੈਂ ।

   (tun buri kurri hain)

   you are a bad girl

4. ਇਹ ਪੁਰਾਣਾ ਮਕਾਨ ਹੈ ।
(eh purana makan hai)
this is an old house

ਇਹ ਪੁਰਾਣੇ ਮਕਾਨ ਹੈਨ ।
(eh puraney makan hain)
these are old houses

5. ਓਹ ਭੈੜੀ ਕੁੜੀ ਹੈ ।
(oh bhairi kuri hai)
she is a bad girl

ਓਹ ਭੈੜੀ ਕੁੜੀਆਂ ਹੈਨ ।
(oh bhairi kurian han)
they are bad girls

6. ਇਹ ਇਕ ਮੇਜ਼ ਹੈ ।
(eh ik mez hai)
this is one tabl

ਓਹ ਦੋ ਮੇਜ਼ ਹੈਨ (ਹਨ, ਨੇ) ।
(oh do mez han)
those are two tables

7· ਇਹ ਇਕ ਕੁਰਸੀ ਹੈ ।
(eh ik kursi hai)
It is a chair

ਓਹ ਚਾਰ ਕੁਰਸੀਆਂ ਹੈਨ (ਹਨ, ਨੇ) ।
(oh char kursian han)
these are four chairs

ਓਹ ਪੁਰਾਨੀ ਕਲਮ ਹੈ ।
(oh purani kalam hai)
that is an old pen

ਓਹ ਪੁਰਾਣੀਆਂ ਕਲਮਾਂ ਹਨ ।
(oh puranian kalman han)
those are old pens

9. ਇਹ ਸਾਫ਼ ਘਰ ਹੈ ।
(eh saf ghar hai)
this is a clean house

ਇਹ ਸਾਫ਼ ਘਰ ਹਨ ।
(eh saf ghar han)
these are clean houses

10. ਇਹ ਸਾਫ਼ ਅਲਮਾਰੀ ਹੈ ।
(eh saf almari hai)
this is a clean shelf

ਇਹ ਸਾਫ਼ ਅਲਮਾਰੀਆਂ ਹਨ ।
(eh saf almarian han)
these are clean shelves

11. ਇਹ ਜਵਾਨ ਨੌਕਰ ਹੈ ।
(eh jawan naukar hai)
this is a young servant

ਇਹ ਜਵਾਨ ਨੌਕਰ ਹਨ ।
(eh jawan naukar han)
these are young servants

12. ਇਹ ਜਵਾਨ ਕੁੜੀ ਹੈ ।
(eh jawan kurri hai)
this is a young girl

ਇਹ ਜਵਾਨ ਕੁੜੀਆਂ ਹਨ ।
(eh jawan kurrian han)
these are young girls

Adjectives ending in—a (mas.) change with the change in number or gender as in No. 4 above.

Adjectives other than those ending in—a and cardinal number do not change with the change in number (or) gender.

Attributive and Predicative Adjectives

Attributive adjectives are placed immediately before nouns as in English.

89

Examples

(a) ਇਰ ਮੇਰੀ ਕਲਮ ਹੈ   ਇਰ ਕਲਮ ਮੇਰੀ ਹੈ
   (eh meri kalam hai)   (eh kalam meri hai)

        (this pen is mine)
        (this is or my pen)

ਇਹ ਤੇਰੀ ਕਿਤਾਬ ਹੈ   ਇਰ ਕਿਤਾਬ ਤੇਰੀ ਹੈ
(eh teri kitab hai)   (eh kitab teri hai)

        (this book is yours)

ਇਰ ਪੁਰਾਣੀ ਕਲਮ ਹੈ   ਇਹ ਕਲਮ ਪੁਰਾਣੀ ਹੈ
(eh purani kalam hai)   (eh kalam purani hai)

        (this pen is old)

ਇਹ ਮੇਰੀ ਪੁਰਾਣੀ ਕਲਮ ਹੈ, this is my old pen

ਇਹ ਮੇਰੀ ਕਲਮ ਪੁਰਾਣੀ ਹੈ, this pen of mine is old

ਇਹ ਪੁਰਾਣੀ ਕਲਮ ਮੇਰੀ ਹੈ, this old pen is mine

Plural ਇਹ ਮੇਰੀਆ ਕਲਮਾਂ ਹੈਨ ।
      (eh merian kalman han)
      (these are my pens)

      ਇਹ ਕਲਮਾਂ ਮੇਰੀਆਂ ਹੈਨ ।
      (eh kalman merian han)

      ਇਰ ਮੇਰੀਆਂ ਪੁਰਾਣੀਆਂ ਕਲਮਾਂ ਹੈਨ ।
      (eh merian puranian kalman han)

(b) ਕੀ ਇਹ ਮੇਰਾ ਮਕਾਨ ਹੈ ?
   (ki eh mera makan hay ?)
   (Is this my house ?

90

Attr.

ਆਹੋ ਜੀ (ਜੀ ਹਾਂ), ਇਹ ਤੇਰਾ (ਤੁਹਾਡਾ) ਮਕਾਨ ਹੈ ।

(aho ji (ji han), eh tera / tuhada makan hai)

(yes please, this is your house)

Pred.

ਜੀ ਨਹੀਂ, ਇਹ ਮਕਾਨ ਤੇਰਾ ਨਹੀਂ (ਹੈ) ।

(ji nahin, eh makan tera nahin hai)

(no sir, this house is not yours)

ਕੀ ਇਹ ਘਰ ਪੁਰਾਣਾ ਹੈ ?

is this house old (predicative)

ਆਹੋ ਜੀ (ਜੀ ਹਾਂ), ਇਹ ਘਰ ਪੁਰਾਣਾ ਹੈ ।

yes sir, this house is old.

Pl. ਇਹ ਘਰ ਪੁਰਾਣੇ ਹੈਨ (ਹਨ) ।

The order of attributive and predicative adjectives in a Punjabi sentence is the same as in English. But remember that Punjabi adjectives, if they end in–a (not cardinal numbers), change in gender and number, as, e.g.

Mas. Sing ਮੇਰਾ   **Mas. Pl.** ਮੇਰੇ

Fem. Sing. ਮੇਰੀ   **Fem. Pl.** ਮੇਰੀਆਂ

Adjectives ending in–a take–e in plural –i in fem, sing, and– ia in fem., pl., thus ਮੇਰਾ, ਮੇਰੇ, ਮੇਰੀ, ਮੇਰੀਆਂ ।

91

Cardinal numbers–ਇਕ (ik), one; ਦੋ (do) two; ਤਿੰਨ (tin) three; ਚਾਰ (char) four; ਪੰਜ (panj) five; ਛੇ (chhe) six; ਸਤ (sat) seven; ਅਠ (ath) eight; ਨੌਂ (nau) nine; ਦਸ (das) ten.

Cardinal numerals do not change with the change in the number and gender.

Possessive adjective

ਦਾ makes possessive adjective of the noun or pronoun which precedes it. Thus ਕਿਸ ਦਾ–kissda (whose); ਲੋਹੇ ਦਾ– loheda (of iron); ਮੋਚੀ ਦਾ—mochida (cobbler's)

Other Uses

ਮੰਡੇ ਦਾ ਭਰਾ   (mundeda bhra)
                          boy's brother

ਮਕਾਨ ਦੀ ਬਾਰੀ   (makan di bari)
                          house's window

ਕਿਸ ਦਾ ਨੌਕਰ   (kissda naukar)
                          whose servant

On the pattern of ਕਿਸ ਦਾ, we can form possessive cases of other 3rd person pronouns ਉਹ (uh), ਉਸਦਾ (ussda). ਇਹ (eh), ਇਸ ਦਾ (essda).

ਦਾ is a sign of possessive and we know that adjectives ending in –a, change in gender and number agreeing with the noun possessed.

Fem. Sing.

ਇਹ ਲਕੜੀ ਦੀ ਕੁਰਸੀ ਹੈ ।
(eh lakri di kursi hai)
It is a wooden chair

Fem. Pl.

ਇਹ ਮੇਰੀਆਂ ਕਿਤਾਬਾਂ ਹੈਨ (ਹਨ) ।
(eh merian kitaban han)
these are my books

ਇਹ ਓਸ (ਇਸ) ਦੀਆਂ ਦਵਾਤਾਂ ਹੈਨ ।
(eh uss (iss) dyan dwatan han)
these are his inkpots

Mas. Sing.

ਇਹ ਮੇਰੇ ਮਕਾਨਦੀ ਛੱਤ ਹੈ ।
(eh mere makan di chhat hai)
this is the roof of my house

Mas. Pl.

ਇਹ ਮੇਰੇ ਮਕਾਨ ਦੇ ਦਰਵਾਜੇ ਹਨ ।
(eh mere makan de darwaze han)
these are the doors of my house

Some Adjectives

ਅੱਛਾ achchha (good)
ਸਾਫ਼ saf (clean)
ਗੰਦਾ ganda (dirty)
ਉਚਾ uchcha (high)
ਜਵਾਨ javan (young)
ਛੋਟਾ chhota (small, short)
ਹਰਾ hara (green)
ਕਾਲਾ kala (black)
ਗੋਰਾ gora (white, fair) (person)
ਚਿਟਾ chitta (white)
ਨੀਲਾ nila (blue)
ਪੀਲਾ pila (yellow)
ਭੂਰਾ bhura (brown)
ਲਾਲ lal (red)
ਤੰਗ tang (narrow)

ਨੱਵਾਂ navva (new)
ਪੁਰਾਣਾ purana (old)
ਨੀਵਾਂ niva (low)
ਤੇਰਾ tera (your, yours)
ਲੰਬਾ lamba (long, tall)
ਮੇਰਾ mera (my, mine)
ਕੱਚਾ kachcha (unripe)
ਪੱਕਾ pakka (ripe, strong)
ਤਗੜਾ tagra (strong)
ਮੈਲਾ maila (dirty)
ਭੈੜਾ bhaira (bad)
ਮਾੜਾ mara (bad)
ਨਿੱਕਾ nikka (small)
ਖੁਲਾ khula (open)

Adjectives in oblique form

ਓਹ ਪਿਛਲੇ ਮਹਿਨੇ ਤੋਂ ਕੰਮ ਕਰਦਾ ਹੈ ।
oh pichhlay maheenay tun kam karda hai
(he has been working since the last month)

ਉਸਦਾ ਦਫਤਰ ਅਗਲੀ ਗਲੀ ਵਿਚ ਹੈ ।
usda daftar agli gali vich hai
(his office is in the next street)

ਇਹ ਮੇਰੇ ਬਚੇ ਦਾ ਚੋਲਾ ਹੈ ।
eh mere bache da chola hai
(this is my child's shirt)

ਆਮ ਆਦਮੀਆਂ ਨੂੰ ਇਸਦਾ ਪਤਾ ਨਹੀਂ ਹੈ ।
aam admian nu isda pata nahin hai
(the common people have no knowledge of it)

ਚੋੜੀਆਂ ਗਲੀਆਂ ਵਿਚ ਸਾਰੀਆਂ ਮੋਟਰਾਂ ਜਾਂਦੀਆਂ ਹਨ ।
chaurian galian vich sarian motran jandian han
(in wide streets all motor-cars go)

ਪਕੇ ਮਕਾਨ ਦੇ ਅਗੇ ਗਾਂ ਬੈਠੀ ਹੈ ।
pakke makan de age gaan baithi hai
(a cow is sitting in front of the pacca house)

ਸੁਹਣਿਆਂ ਕਪੜਿਆਂ ਨਾਲ ਆਦਮੀ ਚੰਗਾ ਲਗਦਾ ਹੈ ।
sohnian kaprian naal admi changa lagda hai
(man looks fine with beautiful clothes)

ਮਜ਼ਦੂਰ ਥੋੜਿਆਂ ਦਿਨਾਂ/ਹਫਤਿਆਂ ਤੋਂ ਕੰਮ ਕਰਦਾ ਹੈ ।
mazdoor thorian dinan/haftian tun kam karda hai
(the labourer works (has been working) since some days/weeks)

In these sentences the adjectives in oblique form are ਪਿਛਲੇ ਮਹੀਨੇ, ਅਗਲੀ ਗਲੀ, ਮੇਰੇ ਬਚੇ, ਆਮ ਆਦਮੀਆਂ, ਚੋੜੀਆਂ ਗਲੀਆਂ, ਪਕੇ ਮਕਾਨ, ਸੁਹਣਿਆਂ ਕਪੜਿਆਂ, ਥੋੜਿਆਂ ਦਿਨਾਂ

LESSON 13

ADVERBS

Adverbs are those words which qualify the verbs. They are preceded by the verb.

Examples

1. ਤੂੰ ਕਿਥੇ ਰਹਿੰਦਾ ਹੈਂ ?
   tun kithe rahenda hain
   (where do you live ?)

2. ਮੈਂ ਇਥੇ ਨੇੜੇ ਹਹਿੰਦਾ ਹਾਂ
   main ithe nere rahenda haan
   (I live here nearby)

3. ਓਹ ਕਦ ਜਾਵੇਗਾ ?
   oh kad javega
   (when will he go ?)

4. ਜਦ ਗਡੀ ਮਿਲੇਗੀ ਤਦ ਜਾਵੇਗਾ
   jad gadi milegi tad jawega
   (he will go when he gets the train)

In the above sentences ਰਹਿੰਦਾ is qualified by (ਕਿਥੇ); then by (ਨੇੜੇ, ਕਿਥੇ); ਜਾਵੇਗਾ by (ਕਦ) and (ਤਦ). These qualifying words are adverbs.

Other Examples

1. ਇਹ ਕਮਰਾ ਅੰਦਰੋਂ ਬਾਹਰੋਂ ਸਾਫ ਹੈ ।
   eh kamra androon bahroon saf hay
   (this room is clean inside and outside)

96

2. ਮੈਂ ਸਹਿਰ ਵਿੱਚ ਰਹਿੰਦਾ ਸਾਂ ਤਾਂ ਮੇਰਾ ਕਮ ਛੇਤੀ (ਜਲਦੀ,ਤੁਰਤ) ਹੁੰਦਾ ਸੀ
main shahr vich rahinda san tan mera kam chheti (jaldi, turat) hunda si
(when I lived in city, I could get my work done quickly)

Ru es

1. Adverbs precede immediately in transitive verbs.

2. Adverbs of time preceed adverbs of place.

Example

ਤੁਸੀ ਕਲ ਕਿਥੇ ਗਏ ਸੀ ? (tussi kal kithe gaye si) (ਕਲ) is adverb of time and (ਕਿਥੇ) adverb of place. (where had you gone yesterday ?)

3. Ordinarily the object precedes the transitive verb and the adverb precedes the object·

ਅਸੀਂ ਅਜ ਕਲ੍ਹ ਚਾਹ ਪੀਂਦੇ ਹਾਂ ।
(assi ajkal chah peenday han)
(these days we drink tea)

ਤੁਸੀਂ ਹੁਣ ਇਥੇ ਆਪਣਾ ਸਮਾਨ ਰਖੋ ।
(tussi hun ithe aapna saman rakho)
(now you keep your luggage here)

Some adverbs

ਇਥੇ (ithe) here	ਨੇੜੇ (nere) near
ਉਥੇ (uthe) there	ਬਾਹਰੋਂ (bahroon) from without
ਕਿਥੇ (kithe) where	ਅੰਦਰੋਂ (androon) from within
ਕਦ (kad) when ?	ਛੇਤੀ (chheti) at once
ਜਦ (jad) when (rel.)	ਜਲਦੀ (jaldi) at once
ਤਦ (tad) then	ਤੁਰਤ (turat) at once
	ਅਜ ਕਲ੍ਹ (ajkal) now-a-days

(a) In English, adverbs are formed by adding the suffix (—ly) to the adjective. In Punjabi, such formations are achieved by adding the postposition "ਨਾਲ" to nouns.

Examples

ਪਿਆਰ ਨਾਲ (piyar naal) lovingly
ਆਰਾਮ ਨਾਲ (aaram naal) comfortably
ਜ਼ੋਰ ਨਾਲ (zor naal) forcibly

(b) The present participle with –ia ending –

ਮੈਂ ਕੁਲੀ ਨੂੰ ਸਮਾਨ ਉਠਾਂਦਿਆਂ ਵੇਖਿਆ ਸੀ ।
I had seen the porter carrying luggage

ਅਸਾਂ ਉਨਾਂਨੂੰ ਗਾਉਂਦਿਆਂ ਸੁਣਿਆਂ ਸੀ ।
we had heard them singing

In the above two sentences the adverbs end in (ਆਂ)–ਓਠਾਂਦਿਆਂ, ਗਾਓਂਦਿਆਂ ।

(c) As in English, adjectives in Punjabi also serve as adverbs

ਓਹ ਔਖਾ ਬੋਲਦਾ ਹੈ । (oh aukha bolde hai)
he speak harsh

ਅਸੀਂ ਚੰਗਾ ਲਿਖਦੇ ਹਾਂ । (assin changa likhda haan)
we write good

In these sentences (ਔਖਾ) and (ਚੰਗਾ) are adjectives but here they are adverbs qualifying the verbs (ਬੋਲਦਾ) and (ਲਿਖਦੇ)

Other Forms of Adverbs

A. Continuance

a. ਮੱਖੀਆਂ ਉਡ ਰਹੀਆਂ ਹਨ ।
makhian udd rahiyan han
(flies are flying)

ਕਾਂ ਇਧਰ ਓਧਰ ਜਾ ਰਹੇ ਹੋਣਗੇ ।
kan idhar udhar ja rahe honge
(crows may be going here and there)

ਬਿੱਲੀ ਇਥੋਂ ਲੰਘ ਰਹੀ ਸੀ ।
billi ithon langh rahi si
(the cat was passing [from] here)

ਤੋਤੇ ਪਿੰਜਰੇ ਵਿੱਚ ਬੋਲ ਰਹੇ ਹੁੰਦੇ ਤਾਂ
totay pinjray vich bolrahe hunde taan
(If parrots had been speaking in the cage then)

b. ਅਸੀਂ ਸਾਰੀ ਰਾਤ ਖੇਲਦੇ ਰਹੇ ।
assin sari raat khelde rahe
(we kept playing all night)

ਘੋੜੀ ਸਭ ਕੁਝ ਖਾਂਦੀ ਰਹਿੰਦੀ ਹੈ ।
ghorri sabh kujh khandi rehndi hay
(the mare keeps eating everything)

1. In sentences under "a", the main verb is in its root form (ਉਡ, ਜਾ, ਲੰਘ, ਬੋਲ); the adverbs are (ਰਹੀਆਂ), (ਰਹੇ, ਇਧਰ ਉਧਰ) (ਇਥੋਂ), (ਰਹੇ ਹੁੰਦੇ) and in sentences under "b", it is in the present participle form which is declined with number and gender. The adverbs are (ਰਹੇ), (ਰਹਿੰਦੀ)

2 Under "a", the auxiliary verb ਰਹਿਆ is in the past participle form which takes tense and person with the help of another auxiliary verb ਹੋਣਾ

Under "b", ਰਹਿਣਾ can be conjugated in all tenses and moods.

Compare the meaning :

a. ਓਹ ਜਾ ਰਿਹਾ ਹੈ — oh ja riha hai (he is going)

b. ਉਹ ਜਾਂਦਾ ਰਹਿੰਦਾ ਹੈ । oh janda rehinda hai
(he keeps on going)

ਓਹ ਜਾਂਦਾ ਰਹਿੰਦਾ ਸੀ oh janda rehinda si
(he used to go)

B Habit

ਓਹ ਸਾਡੇ ਘਰ ਕਦੇ ਕਦੇ ਆਇਆ ਕਰਦਾ ਸੀ।
oh sade ghar kade kade aaya karda si
(he used to come off and on to our house)

ਤੁਸੀਂ ਬਾਜ਼ਾਰ ਰੋਜ਼ ਰੋਜ਼ ਜਾਇਆ ਕਰੋ ।
tussi bazar roz roz jaya karo
(you should go to the market daily)

ਮੁੰਡੇ ਘੜੀ ਮੁੜੀ ਇਧਰ ਆਇਆ ਕਰਦੇ ਸਨ ।
munde gharri murri idhar aaya karde san
(the boys uesd to come this side again and again)

ਤਦ ਅਸੀਂ ਦਰਿਆ ਵਿੱਚ ਤਾਹੀਆਂ ਲਾਇਆ ਕਰਦੇ ਸੀ ।
tad assin darya vich tariyan layiya karde si
(then we used to go to river for a swim)

In tne above sentences the main verb is in the past participle form. ਜਾਣਾ has ਜਾਇਆ not ਗਿਆ । And this is not changed with gender or number

The habitual sense is conveyed by ਕਰਨਾ (to do)

It may be recalled that habit is also expressed (past imperfect) as

ਤਦ ਤੁਸੀਂ ਖੂਹ ਤੇ ਨਹਾਂਦੇ ਸੀ ।
tad tusi khuh te nahande si
(then you used to bathe at the well)

Continuity of habit is expressed

ਮੈਂ ਦਿਨੇ - ਰਾਤੀਂ (ਸਵੇਰ - ਸ਼ਾਮੀਂ) ਕੰਮ ਕਰਦਾ ਰਹਿਦਾ ਹਾਂ ।
main dine-ratin (savere-shami) kam karda rehnda han
(I do work day and night (morning and evening)

C· Necessity

a. ਤੈਨੂੰ ਧੋਬੀ / ਦਰਜ਼ੀ ਪਾਸੋਂ ਕਪੜੇ ਲਿਆਣੇ ਪੈਣਗੇ ।
tainu dhobi / darzi passoon kapre liyane payiange
(you will have to bring clothes from the washerman / tailor)

ਮਾਲੀ ਨੂੰ ਫੁੱਲਾਂ ਦਾ ਹਾਰ ਬਣਾਉਣਾ ਪੈਂਦਾ ਹੈ ।
malı nu phullan da har banauna painda hay
(the gardener has to make a garland of flowers)

ਮਾਂ ਨੇ ਬੱਚੇ ਨੂੰ ਕੰਘੀ ਕਰਨੀ ਹੋਵੇਗੀ ।
maan ne bache nu kanghi karni hovegi
(the mother will have to comb the child's (hair)

ਮਿਸਤਰੀ ਨੇ ਦੇਰ ਤਕ ਕੰਮ ਕਰਨਾ ਹੈ ।
mistri ne deṙ tak kam karna hai
(the mechanic has to work late)

ਅਸਾਂ ਦੂਰ ਜਾਣਾ ਹੈ।
asaan dur jaṇa hai
(we have to go far)

The sense of "have to" is expressed in Punjabi by "ਪੈਣਾ" "ਹੋਣਾ", the former being more forceful.

The main verb is in infinitive form which is declined in number and gender, if there is an object having no postposition. "ਕਪੜੇ ਲਿਆਣੇ", "ਕੰਘੀ ਕਰਨੀ", "ਕੰਮ ਕਰਨਾ", etc. In the last sentence, the verb is impersonal.

When "ਪੈਣਾ" is used, the subject takes "ਨੂੰ", and thus the sentense is passive in construction.

When "ਹੋਣਾ" is used, the subject takes oblique form with or without "ਨੇ–ਅਮਾਂ [ਨੇ] ਦਵਾਈਆਂ ਲੈਣੀਆਂ ਹਨ। amma (ne) dwayian lainyan han (the mother has to buy medicine)

ਉੱਥੇ there
ਓਦਾਂ then
ਉਦੋਂ then
ਉਧਰ thither
ਉਧਰੋਂ from there, thence
ਉਪਰ up
ਉਪਰੋਂ from upwaras
ਉਲਟੇ on the other hand
ਅੱਜ today
ਅਜੇ as yet
ਅੱਵਸ਼ of course
ਆਸਪਾਸ around
ਆਰਪਾਰ across
ਇਸ ਲਈ therefore
ਇਸ ਕਰਕੇ therefore
ਇੰਜ like this
ਇਥੇ here
ਇਧਰ hither
ਇਵੇਂ like this
ਐਵੇਂ casually
ਸਚ ਮੁਚ really

ਸੱਦਾ always
ਸਵੇਰੇ early in the morning
ਸਾਹਮਣੇ in front
ਸਿਰਫ only
ਹਮੇਸ਼ਾ always
ਹਰ ਘੜੀ every moment
ਹਰ ਦਿਨ every day
ਹਰ ਵਾਰ every time
ਹਾਂ yes
ਹੁਣ now
ਹੁਣੇ just now
ਹੁਣ ਤੋਂ from now
ਹੇਠਾਂ below
ਹੌਲੇ slowly
ਕਦ when
ਕਦੋਂ whence
ਕਦੇ ਨਹੀਂ never
ਕਲ਼ tomorrow
ਕਿਉਂ why
ਕਿਤੇ last
ਕਿਤੇ ਵੀ anywhere

ਸਜੇ to the right
ਕਿਧਰ whither
ਛੇਤੀ immediately
ਛੇਤੀ ਛੇਤੀ very quickly
ਜਗ੍ਹਾ in place
ਕਿਸ ਜਗ੍ਹਾ where
ਜਦ when
ਜਦੋਂ when
ਜੱਦ ਤਕ when
ਜੱਦ ਤੋਂ whence
ਜ਼ਰੂਰ of course

ਜ਼ਿਥੇ where
ਝਟ at once
ਠੀਕ true
ਤਦ then
ਤਰ੍ਹਾਂ like

ਕਿਥੇ where
ਉਸ ਤਰ੍ਹਾਂ like that
ਅਛੀ ਤਰ੍ਹਾਂ very well
ਤੜਕੇ early in the morning
ਥਲੇ below
ਦੁਬਾਰਾ twice
ਦੂਰ away
ਨਹੀਂ no
ਨਾ well
ਨਿਪਟ totally
ਨਿਰਾ entirely
ਪਾਰ across
ਪਾਸੇ aside
ਪਿੱਛੇ behind
ਬਿਨਾ without
ਭਲਕੇ tomorrow
ਬਿਲਕੁਲ altogether

Exercise

Q. I. Identify the adverbs in the following sentences :

੧. ਮੈਂ ਇਧਰ ਓਧਰ ਜਾਂਦਾ ਹਾਂ ।
੨. ਬਿਲੀ ਜ਼ੋਰ ਨਾਲ ਓਛਲੀ ।
੩. ਓਹ ਧੀਰੇ-ਧੀਰੇ (ਹੋਲੀ-ਹੋਲੀ) ਬੋਲਦਾ ਸੀ ।
੪. ਮਖੀਆਂ ਓਡ ਰਹੀਆਂ ਹਨ ।
੫. ਓਹ ਖੂਹ ਤੇ ਘੜੀ ਮੁੜੀ ਨਹਾਂਦੇ ਸੀ ।

Ans. (1) ਇਧਰ ਉਧਰ (idhar udhar–here and there)

(2) ਜ਼ੋਰ ਨਾਲ (zor naal–forcefully)

(3) ਧੀਰੇ-ਧੀਰੇ (ਹੌਲਾਂ-ਹੌਲਾਂ–slowly)

(4) ਰਹੀਆਂ (rahiyan–continuing)

(5) ਘੜੀ ਮੁੜੀ (gharri-murri–again and again)

Q. II. Translate into Puniabi and mark the adverbs .

1. this room is clean from outside
2. we drink tea nowadays
3. run quickly
4. we write well

Ans. (੧) ਇਹ ਕਮਰਾ ਬਾਹਰੋਂ ਸਾਫ ਹੈ ।

(੨) ਅਸੀਂ ਅਜਕਲ ਚਾਹ ਪੀਦੇ ਹਾਂ ।

(੩) ਛੇਤੀ ਦੌੜੋ ।

(੪) ਅਸੀਂ ਚੰਗਾ ਲਿਖਦੇ ਹਾਂ ।

LESSON 14

GENDER

ਲਿੰਗ

There are only two genders in Punjabi, even inanimate objects are used either in masculine or feminine gender. There are no hard and fast rules about distinction of gender in such words. As in many European languages, grammatical gender is just a matter of convention. Some clearly distinctive and useful rules are being given below –m (masculine), f (feminine) :

1. All nouns meaning males are masculine and those meaning females are feminine, as ਪਿਤਾ (pita) father (m); ਮਾਤਾ (mata) mother (f); ਭਰਾ (bhara) brother (m); ਭੈਣ (bhain) sister (f); ਸ਼ੇਰ (sher) lion (m); ਸ਼ੇਰਨੀ (sherni) lioness (f).

2. Nearly all nouns denoting inanimate objects, which end in –a (ਾ) are masculine. as ਸਿਰਹਾਣਾ (sirhana) pillow; ਦਰਵਾਜ਼ਾ (darwaza) door; ਕਮਰਾ (kamra) room; ਪਖਾ (pakha) fan.

Some important exceptions are ਦਵਾ (dawa) medicine; ਬਲਾ (bala) misery, ਦੁਨੀਆ (duniya) world,

ਹਵਾ (hawa) air; ਸਭਾ (sabha) assembly; ਲੰਕਾ (Lanka) ceylon, etc from Sanskrit.

3. Infinitives ending in –a (na) are masculine as ਪੜਨਾ ਚੰਗਾ ਕੰਮ ਹੈ (parhna changa kam hai)
(to study is a good work)

ਤੈਨੂੰ ਲਿਖਣਾ ਚਾਹੀਦਾ ਹੈ (ťenu likhna chahida hai)
(you should write)

4. Abstract nouns, ending in –av or ao and –ap, –pan, –pana –ap are masculine, as ਭਾਵ (bhav) sentiment, ਲਗਾਓ (lagau) attachment, ਸਿਆਣਪ (sianap) wisdom, are all masculine.

5. Nouns ending in –i are feminine, as ਕੁਰਸੀ (kursi) chair, ਪਖੀ (pakh) a small fan, ਛਾਤੀ (chhati) chest.

Some important exceptions are ਪਾਣੀ (pani) water, ਘੀ (ghee) rectified butter, ਮੋਤੀ (moti) pearl

ਦਹੀਂ (dahin) curd is more commonly used in masculine than in feminine gender –ਦਹੀਂ ਲੈ ਆ (dahi leaa–bring curd)

6. Abstract nouns ending in – ਤਾ –i,ai, avat, –at –ish are all feminine.

Examples

ਮਿੱਤਰਤਾ (mitarta) friendship, ਤੇਜ਼ੀ (tezi) quickness, ਚੰਗਿਆਈ (changiayi) goodness, ਮਿਲਾਵਟ (milawat) mixing, ਕੋਸ਼ਸ਼ (koshish) attempt.

7. The names of languages are feminine. ਉਰਦੂ (urdu), ਰੂਸੀ (russi), Russian, ਪੰਜਾਬੀ (Punjabi) ਜਾਪਾਨੀ (japani) Japanese, etc.

8. The real difficulty is about words ending in consonants, and there only practice and experience will help.

9. Pronouns, adjectives and (excepting roots) ending in –a are masculine, those ending in –i are feminine, and those ending in a consonant or any other vowel have no gender.

Examples

Mas

ਕਿਹੜਾ (kehra) which one, ਆਪਣਾ (aapna) own, ਚੰਗਾਂ (changa) good, ਕੀਤਾ (keeta) did, ਜੀਦਾ (janda) going

Fem.

ਕਿਹੜੀ (kehri) which one, ਆਪਣੀ (apni) own, ਚੰਗੀ (changi) good, ਕੀਤੀ (keeti) did, ਜੀਦੀ (jandi) going

Com.
ਮੈਂ (main) I, ਓਹ (oh) that, ਗਰੀਬ (garib) poor, ਕਰੇ (kare) he/she may do, ਕਰ (kar) do

10. The gender of nouns is clearly indicated by the pronouns. adjectives and adverbs.

Examples

ਜਿਹੜੀ ਮੈਂ ਮੰਗੀ ਸੀ ਓਹੋ ਚੀਜ਼ ਲਭ ਪਈ ਹੈ ।
jehri main mangi si oh cheez lebh payee hai
(the thing I had asked for has been obtained (fem)

ਨਿੱਕੀ ਕਿਤਾਬ ਬੜੀ ਔਖੀ ਹੈ ।
niki kitab barri aukhi hai
(the small book is very difficult) (fem)

ਇਕ ਕਾਲਾ ਸਪ ਜਾਂਦਾ ਸੀ ।
ik kala sap janda see
(a black snake was going) (mas)

ਛੁੱਟੀ (f) (chhutti) holiday, leave; ਬਾਲ (baal) child; ਸਹੇਲੀ (f) (saheli) friend; ਦਵਾ (ਦਵਾਈ) (f) (dawa, dawai) medicine; ਬੁਖ਼ਾਰ (bukhar) fever

Formation of Feminines

a. The principle feminine suffixes in Hindi are –i, –ni, ani, –ri. And of these the most common is –i. If a masculine noun ends in a consonant,–i is added, and if it end in –a, –i is substituted for that final –a.

Examples

1. ਚਾਚਾ (chacha) uncle, ਚਾਚੀ (chachi) aunt.
2. ਘੋੜਾ (ghora) horse, ਘੋੜੀ (ghori) mare.
3. ਪੱਖਾ (pakha) fan, ਪੱਖੀ (pakhi) small fan.
4. ਸੋਟਾ (sota) baton, ਸੋਟੀ (soti) stick.

b. Masculine –a in pronouns, adjectives and verbs invariably changes into –i as in

(m.) ਖਤ ਲਿਖੀਦਾ ਹੈ (khat likheeda hai) – (f) ਚਿਠੀ ਲਿਖੀਦੀ ਹੈ (chithi likheedi hai) a letter is written.

ਜਿਹੜਾ ਆਵੇਗਾ ਓਸ ਨੂੰ ਦੱਸਾਂਗਾ (jehra avega us nu dasanga) I shall tell him who will come
ਜਿਹੜੀ ਆਵੇਗੀ ਓਸ ਨੂੰ ਦੱਸਾਂਗੀ (f) (jehri avegi us nu dasangi). In English there is no such distinction.

c. Masculine nouns denoting certain classes. usually add –ni in feminine as ਸੰਤਣੀ (santani) a female saint, ਸਾਧਣੀ (sadhni) a female sadhu. ਸਿੱਖਣੀ (sikhni) a sikh woman, ਨਟਣੀ (natni) a female juggler, ਭੀਲਣੀ (bhilni) a bhil woman.

Names of certain female animals and birds also take –ni as ਓਠਣੀ (uthni) a she camel, ਮੋਰਨੀ

(morni) a peahen, ਚਕੋਰਨੀ (chakorni) female of a chakor bird, ਸੂਰਨੀ (soorni) she-pig, ਰਿੱਛਣੀ (richchni) she bear.

d. There are certain classes of people, the feminine nouns of which add -(ani) to masculine forms as ਦਿਰਾਣੀ (dirani) wife of the husband's younger brother (from ਦੇਉਰ); ਜਿਠਾਣੀ (jithani) wife of the husband's elder brother (from ਜੇਠ); ਹਿਦੁਆਣੀ (hiduani) a Hindu woman.

The number of such formations is quite limited.

e. The use of (ri) suffix is still less common. It occurs in ਬਾਲੜੀ (balrin girl, ਸੰਦੂਕੜੀ (sandukri) a small box, and ਬੁਲਾਕੜੀ (bulakri) a small nose-ring

f. Masculine nouns denoting 'residents of or 'professionals' and ending in (i) or (ia) get that ending replaced by (an) in feminine gender as : ਦੁਆਬੀਆ (duabia) a male resident of the Doab; ਦੁਆਬਣ (duaban) a female resident of Doab, ਪਿਸ਼ੌਰੀਆ (pishawria) a resident of Peshawar, ਪਿਸ਼ੌਰਨ (pishoran—fem), ਪਹਾੜੀਆ (paharia—mas) a resident of a hill, ਪਹਾੜਨ (paharan—fem), ਮਾਲੀ (mali—mas) gardener, ਮਾਲਣ (malan—fem)

g. Some masculine nouns do not form feminines with suffixes but have different words in feminine gender – ਭਰਾ (bhara) brother; ਭੈਣ (bhain) sister; ਪੁੱਤਰ (putar) son; ਨੂੰਹ (nunh) daughter-in-law.

ਬਾਪੂ (bapu) father	ਮਾਂ (maan) mother
ਪਿਤਾ (pita) father	ਮਾਤਾ (mata) mother
ਮਰਦ (marad) man	ਜ਼ਨਾਨੀ (zanani) woman
ਪੁੱਤਰ (putr) son	ਧੀ (dhee) daughter
ਮੁੰਡਾ (munda) boy	ਕੁੜੀ (kurri) girl
ਰਾਜਾ (raja) king	ਰਾਣੀ (rani) queen
ਸਾਲੀ (sali) wife's sister	ਸਾਲਾ (sala) wife's brother
ਬਾਦਸ਼ਾਹ (badshah) king	ਮਲਕਾ (malka) queen

———

LESSON 15

POSTPOSITIONS

Postpositions are those words which follow nouns or pronouns. All postpositions must follow an oblique form of the noun or pronoun they govern. Some of the postpositions are

ਨੂੰ (to), ਤੋਂ (from), ਤੇ (on)

Examples

1. ਘੋੜੇ ਨੂੰ ਪਾਣੀ ਦੇ ।
   (ghorre nun pani de)
   give water to the horse

2. ਮੈਂ ਕਿਸ ਨੂੰ ਚਾਕੂ ਮਾਰਦਾ ਹਾਂ ?
   (main kis nun chakoo marda haan)
   who do I stab with knife

3. ਬੱਚੇ ਤੋਂ ਚਾਕੂ ਨਾ ਲਓ ।
   (bache ton chaku na lao)
   don't take the knife from the child

4. ਕੁਰਸੀ ਤੇ ਨਾ ਬੈਠ ।
   (kursi te na baith)
   don't sit on the chair

Postpositions do not change with the change in the gender or number of the noun or pronoun

114

Examples

ਘੋੜੇ ਨੂੰ (ਘੋੜੀ ਨੂੰ), ਘੋੜੀਆਂ ਨੂੰ
ਬਚੇ ਨੂੰ (ਬਚੀ ਨੂੰ) ਬਚੇਆਂ ਨੂੰ

Thus we get ਮੁੰਡੇ ਨੂੰ, ਮੁੰਡਿਆਂ ਨੂੰ, ਕੁੜੀ ਨੂੰ, ਕੁੜੀਆਂ ਨੂੰ ।

Other Postpositions

ਨਾਲ, ਨਾਲੋਂ, ਲਈ, ਵਿਚ, ਕੋਲ, ਕੋਲੋਂ

ਨਾਲ (naal) with	as in	ਚਾਕੂ ਨਾਲ (with knife)
ਨਾਲੋਂ (naalun) from	as in	ਛੁਰੀ ਨਾਲ (with knife)
ਲਈ (laye) for	as in	ਮੇਰੇ ਲਈ (for me)
ਵਿਚ (vich) in	as in	ਉਸਦੇ ਵਿਚ (in it)
ਕੋਲ (kol) near	”	ਰਾਮ ਕੋਲ (near Ram)
ਕੋਲੋਂ (kolon) from near	”	ਮਾਸਟਰ ਕੋਲੋਂ (from near master)

1. ਮੈਂ ਚਾਕੂ ਨਾਲ ਵਢਦਾ ਹਾਂ ।
   main chaku nal vadhda han
   (I cut with a knife)

2. ਤੁਸੀਂ ਕਿਸ ਲਈ ਪੁਛਦੇ ਹੋ ?
   tussi kiss laye puchhde ho
   (what do you ask for ?)

3. ਮੇਰੇ ਕੋਲੋਂ ਛੁਰੀ ਨਾ ਲਓ ।
   mere kolon chhuri na lau
   (do not take the knife from me)

115

4. ਚਮਚ ਉਸਦੇ ਕੋਲ ਰਖ ।
chamach usde kol rakh
(keep the spoon near him (her)

Note. The full form of postposition is "ਦੇ ਨਾਲ", "ਦੇ ਨਾਲੋਂ", "ਦੇ ਵਿਚ", "ਦੇ ਕੋਲ", "ਦੇ ਕੋਲੋਂ", but in practice "ਦੇ" is sometimes omitted for the sake of economy and this form is getting more popular.

You know that the 1st person possessive case is ਮੇਰਾ, mine (not ਮੈਂ ਦਾ)

In pl. ਅਸਾਂ ਦਾ becomes ਸਾਡਾ (our), and ਤੁਸਾਂ ਦਾ becomes ਤੁਸਾਡਾ and even ਤੁਹਾਡਾ, your, yours.

More Postpositions

ਦੇ ਓਪਰ (ਉੱਤੇ) (above), ਦੇ ਤਲੇ (below). ਦੇ ਅੱਗੇ (ahead), ਦੇ ਪਿੱਛੇ (after), ਦੇ ਪਿੱਛੋਂ (ਮਹਾਰੋਂ) (after), ਦੇ ਸਾਮ੍ਹਣੇ (in front of), ਦੇ ਅੰਦਰ (inside), ਦੇ ਬਾਹਰ (outside), ਦੇ ਨੇੜੇ (near)

Pronunciation

ਤਲੇ (talay)	ਮਗਰੋਂ, ਪਿਛੋਂ (magrun pichhun)
ਉੱਤੇ (uttay)	ਸਾਮਣੇ (samne)
ਓਪਰ (uppar)	ਅੰਦਰ (andar)
ਅੱਗੇ (agay)	ਬਾਹਰ (bahar)
ਪਿਛੇ (pichhe)	ਨੇੜੇ (naire)

116

These postpositions (without ਦੇ) can also be used as adverbs :

Postposition :

1. ਮੇਰੇ ਪਿੱਛੇ ਨਾ ਆਉਣਾ ।
mere pichhe na auna
don't come behind me

2. ਕਮਰੇ ਦੇ ਅੰਦਰ / ਬਾਹਰ ਕੀ ਹੈ ?
kamre de andar / bahar kihai
what is there inside / outside

3. ਮੇਜ਼ ਦੇ ਓਪਰ (ਓੱਤੇ) ਰੱਖ ।
mez de uppar (utay) rakh
put (it) on the table

4. ਓਹ ਘਰ ਦੇ ਸਾਮ੍ਹਣੇ ਬੈਠਦਾ ਹੈ ।
oh ghar de samne baithda hai
he sits in front of the house

5. ਮੈਂ ਕਮਰਿਆਂ ਦੇ ਨੇੜੇ ਕੁਰਸੀਆਂ ਰਖਦਾ ਹਾਂ ।
main kamrian de neray kursian rakhda haan
I keep chairs near the rooms

Use as Adverb :

1. ਪਿੱਛੇ ਹਟ pichhe hut (move/get behind)
2. ਅੰਦਰ/ਬਾਹਰ ਜਾ ander bahar ja (go inside/outside)
3. ਓਪਰ ਜਾ uppar ja (go up)

4. ਸਾਮਣੇ ਖਲੋ samne khalo (stand in front)

5. ਨੇੜੇ ਆ neray aa (come near)

Special use of some post-positions

You know that ਨੇ (by) ਨੂੰ (to) ਥੋਂ (from) ਦਾ (of) ਤੇ (on) and partially ਨਾਲ (with) are postpositions. The meaning of adverbial postpositions on the other hand, is almost fixed. It is desired here to detail some important significance of the simple postpositions.

[ਨੇ nai (by)]

The use of ਨੇ is not very significant in Punjabi. It is attached to the subject of a transitive verb when it is used in the past (participle) form excepting ਲਿਆਣਾ (liana) to bring, ਡਰਨਾ (darna) to fear, which are, in fact, intransitive in Punjabi.

ਨੇ is not commonly used with ਮੈਂ (I), ਤੂੰ (you), ਅਸਾਂ (we), ਤੁਸਾਂ (you). It is optional with third person pronoun, and compulsory with ਆਪ, respectful you.

[ਨੂੰ — to]

ਨੂੰ is used with

a. Animate object as

ਮੈਂ ਦੋਵੇਂ ਮੁੰਡੀਆਂ ਨੂੰ ਆਖਦਾ ਸਾਂ ।
main dooon mundiyan nu aakhda san
I was telling both the boys

ਤੂੰ ਘੋੜੇ ਨੂੰ ਚਾਬਕ ਮਾਰੀ ਸੀ ।
tun ghore nun chabak mari si
you had whipped the horse

b. Object of a verb requiring some predicative word.

ਓਹ ਮੁੰਡੇ ਨੂੰ ਸ਼ਰਾਰਤੀ ਸਮਝਦਾ ਹੈ ।
oh munde nu shararti samajhda hai
he considers the boy to be noughty

ਮੈਂ ਰਿਸ਼ਵਤਖੋਰੀ ਨੂੰ ਪਾਪ ਮਨੰਦਾ ਹਾਂ ।
main rishwatkhori nun pap manda han
I take bribing as a sin

c. Object of a verb in impersonal construction :

ਨੱਥੂ ਨੇ ਮੁੰਡੇ ਨੂੰ ਮਾਰੀਆ ਸੀ ।
nathu ne munde nu maria see
nathu had beaten the boy

d. Object in apposition :
ਓਹ ਆਪਣੇ ਪੁੱਤਰ ਨੂੰ ਡਾਕਟਰ ਬਣਾਵੇਗਾ ।
oh aapne putar nun daktar banawega
he will make his son a doctor

e. Time of action :
ਮੈਂ ਰਾਤ ਨੂੰ ਜਾਗਦਾ ਰਿਹਾ ।
main raat nun jagda riha
I kept awake at night

ਅਸੀਂ ਪੰਜ ਤਰੀਕ ਨੂੰ ਆ ਜਾਵਾਂਗੇ ।
assin panj tarik nun aa javange
we shall come on the 5th

ਰਾਤੀ (at night) ਸ਼ਾਮੀ (in the evening), can also be used in place of ਰਾਤ ਨੂੰ, ਸ਼ਾਮ ਨੂੰ ।

f. Dative (usually animate) :
ਮਾ ਨੂੰ ਫੁੱਲ ਦਿਆਂਗਾ ।
maan nu phul dianga
I will give the mother flowers

ਮੁੰਡੇ ਨੂੰ ਚਿਠੀ ਪਾ ਦੇਣਾ ।
munde nu chitthi pa dena
send a letter to the boy

g. Logical subject of certain verbs, such as ਲਗਣਾ (to be felt), ਹੋਣਾ (to be), ਆਓਣਾ (to be felt),

ਪੈਣਾ (to be compelled), ਮਿਲਣਾ (to be obtained, to be met), ਅਧਿਕਾਰ ਹੋਣਾ (to have the right), ਪਤਾ ਹੋਣਾਂ (to have knowledge), ਚਾਹੀਦਾ (should)

Examples

ਮੈਨੂੰ ਭੁਖ ਲਗੀ ਹੈ, mainu bhukh laggi hai
(I feel hungry)

ਮੈਨੂੰ ਬੜਾ ਔਖ ਹੋਇਆ, mainu barra aukh hoya
(I had a great difficulty)

ਓਹਨੂੰ ਬੜੀ ਸ਼ਰਮ ਆਈ, uhnu barri sharm aayi
(he felt awful shame)

ਨੌਕਰ ਨੂੰ ਕਢਣਾ ਪਿਆ, naukar nun kadhna piya
(the servent had to be turned out)

ਮੈਨੂੰ ਰੁਪਈਏ ਮਿਲ ਗਏ ਹਨ, mainu rupaye mil gaye han
(I have received the rupees)

ਤੈਨੂੰ ਚਾਹੀਦਾ ਹੈ ਜੁ, tainu chahida hai ju
(it is desired of you)

ਬਾਪੂ ਨੂੰ ਇਸ ਗਲ ਦਾ ਪਤਾ ਹੈ, bapu nun iss gal da pata hai
(the father knows it)

h. With predicative infinitives showing purpose :

ਓਹ ਜਾਣ ਨੂੰ ਤਿਆਰ ਹੈ, oh jan nun tiyar hai
(he is ready to go)

121

(i) In certain other constructions :

ਤੈਨੂੰ ਵਧਾਈਆਂ, tainu vadhayan

        (congratulations to you)

ਸਾਨੂੰ ਕੀ [ਪਈ ਹੈ] ? sanu ki (paye hai) ?

        (it does not concern us)

ਥੋਂ (ਤੋਂ)

ਥੋਂ is used to denote :

a. Subject of a verb in passive voice :

ਮੈਥੋਂ ਇਹ ਕੰਮ ਨਹੀਂ ਹੁੰਦਾ ।

maithun eh kam nahin hunda
(this job cannot be done by me)

b. Place from :

ਬਜ਼ਾਰ ਘਰ ਥੋਂ ਕਿੰਨੀ ਦੂਰ ਹੈ ?

bazar ghar thon kini dur hai ?
(how far is the market from the house ?)

c. Time from :

ਮੈਂ ਕਲ ਤੋਂ ਕੰਮ ਸ਼ੁਰੂ ਕਰ ਦਿਆਂਗਾ ।

main kal tun kam shuru kar diyanga
(I shall start work from tomorrow)

d. Duration (for, since) :

ਓਹ ਚਾਰ ਦਿਨ ਥੋਂ ਬੀਮਾਰ ਹੈ ।

oh char dinthon bimar hai
(he has been ill for four days)

ਮੈਂ ਮੰਗਲਵਾਰ ਥੋਂ ਕੁਝ ਨਹੀ ਖਾ ਰਿਹਾ ।
main manglwar thon kujh nahin kha riha
(I have been eating nothing since Tuesday)

e. Difference and comparison :
ਇਹ ਰੇਡੀਓ ਉਸ ਥੋਂ ਚੰਗਾ ਹੈ ।
eh radio us thon changa hai
(this radio-set is better than that)

f. Relationship with certain verbs as ਪੁਛਣਾ (to ask), ਮੰਗਣਾ (to beg), ਬਚਨਾ (to escape), ਡਰਨਾ (to fear)

ਮੈਂ ਉਸ ਥੋਂ ਪੁਛਿਆ ।
main uss thun puchchya
(I asked him)

ਅਜ਼ ਕਲ੍ਹ ਧੁੱਪ ਤੋਂ ਬਚਣਾ ਚਾਹੀਦਾ ਹੈ ।
ajkal dhup ton bachna chahida hai
(these days one should save oneself from heat)

ਉਹ ਕਿਸ਼ੇ ਥੋਂ ਨਹੀਂ ਡਰਦਾ ।
oh kisay thon nahin darda
(he fears nobody)

[ਦਾ]

ਦਾ denotes any of the following relations between a noun/pronoun and another noun which follows "ਦਾ"

Examples

a. Possession and ownership :
ਉਸਦਾ ਘਰ (his house), ਨੱਥੂ ਦੀ ਘੜੀ (Nathu's watch)
ਮੁੰਡੇ ਦਾ ਭਰਾ (boy's brother), ਕਿਸ ਦਾ ਨੌਕਰ (whose servant)

b. Kinship :
ਰਾਮ ਸਿੰਘ ਦਾ ਭਰਾ / ਚਾਚਾ / ਮਾਮਾ ।
Ram Singh da bhra / chacha / mama
(Ram Singh's brother/uncle/maternal uncle
ਕਿਰਪਾਲ / ਸਾਧੂ ਸਿੰਘ / ਬਲਦੇਵ ਦੀ ਵਹੁਟੀ / ਮਾਂ
Kirpal's/Sadhu Singh's/Baldev's wife/mother

c. Material or composition (adjectival)
ਲੋਹੇ ਦਾ ਜੰਦਰਾ lohe de jandra (iron lock)
ਲਕੜੀ ਦੀ ਕੁਰਸੀ lakridi kursi (wooden chair)

d. Use or purpose (for) :
ਪੀਣ ਦਾ ਪਾਣੀ (drinking water)
ਮੇਜ਼ ਦੀ ਚਾਦਰ (table cover)

e. Source (from) :
ਖੂਹ/ਬੰਬੇ ਦਾ ਪਾਣੀ (well-water, pipe-water)
ਪੂਰਬ ਦੀ ਹਵਾ (eastern wind)

f. Price -
ਦੋ ਰੁਪਈਆਂ ਦੀ ਚੀਨੀ (two rupees sugar)

g. Doer of :

ਦਰਜ਼ੀ ਦਾ ਕੰਮ (tailor's work)

ਲੇਖਕ ਦੀ ਕਿਤਾਬ (writer's book)

h. Objectives :

ਬੱਚਿਆਂ ਦੀ ਪੜ੍ਹਾਈ (children's education)

ਕੁੱਤੇ ਦੀ ਮੌਤ (dog's (wretched, death)

i. Part of whole :

ਪੈਰ ਦੀ ਉਂਗਲੀ (foot-finger, toe)

ਕਿਤਾਬ ਦਾ ਪੰਨਾ (page of the book)

j. Time ;

ਪਾਲੇ ਦੀ ਰੁੱਤ (winrter-season)

k Age :

ਚਾਰ ਵਰ੍ਹੇ ਦਾ ਮੁੰਡਾ (4-year-old boy)

l. Characteristic :

ਮਾਂ ਦੀ ਮਮਤਾ (mother's affection)

ਬਚੇ ਦਾ ਭੋਲਾਪਨ (innocence of the child)

m. Totality :

ਪੰਜਾ ਦੇ ਪੰਜ (all the five)

ਡਾਰਾਂ ਦੇ ਡਾਰ (flocks after flocks)

n. In some adjectival phrases :

ਰਖ ਦਾ ਸੁੱਚਾ (rakh da sucha) honest

ਤੇ (te)

ਤੇ (on), denotes :

(i)   The place where (on upon) :

ਓਹ ਜ਼ਿਮੀਂ ਤੇ ਬੈਠਾ ਸੀ ।
oh zimi te baitha si
he was sitting on the ground

ਮੈਂ ਕੁਰਸੀ ਤੇ ਬੈਠ ਗਿਆ ।
main kursi te baith gaya
I sat down in the chair

ii.   The time at which :

ਗੱਡੀ : ਦੱਸ ਵੱਜ ਕੇ ਪੰਜ ਮਿੰਟ ਤੇ ਆਓਂਦੀ ਹੈ ।
gaddi : das vajke panj mint te aundi hai
the train arrives at five minutes past ten

ਮੈਂ ਵਕਤ ਤੇ ਪਹੁੰਚ ਗਿਆ ।
main vakat te pahunch gaya
I reached in time

iii.   imminence :

ਦੀਵਾਰ ਢਹਿਣ ਤੇ ਹੈ ।
diwar dehn te hai
the wall is about to collapse

126

iv. Sequence of action :

ਮੇਰੇ ਜਾਣ ਤੇ ਓਹ ਜਾਗ ਪਿਆ ।

mere jaan te on jag piya

he woke up when I reached there

v. Relationship with certain verbs :

ਕਿਰਪਾ ਕਰਨਾ (kirpa karna) to be kind to

ਇਤਬਾਰ ਕਰਨਾ (itbar karna) to believe

ਸ਼ੱਕ ਹੋਣਾ (shak hona) to doubt

ਤਰਸ ਖਾਣਾ (taras khanna) to take pity

Examples

ਸਾਡੇ ਤੇ ਕਿਰਪਾ ਕਰਨੀ ।

sade te kirpa karni

be kind te us

ਤੇਰੇ ਤੇ ਕੋਈ ਇਤਬਾਰ ਨਹੀਂ ਰਹਿ ਗਿਆ ।

tere te koi itbar nahin rah giya

no faith is left in you

ਤੇਰਾ ਕਿਸ ਤੇ ਸ਼ੱਕ ਹੈ ?

tere kiss te shak hai

who do you doubt ?

ਗਰੀਬਾਂ ਤੇ ਤਰਸ ਖਾਓ ।

gariban te taras khau

have pity on the poor

127

ਵਿੱਚ (vich)

ਵਿੱਚ (inside) is used for denoting ;

i. Place in which ;
ਲਾਹੌਰ ਵਿੱਚ ਇੱਕ ਹਕੀਮ ਰਹਿੰਦਾ ਸੀ ।
lahaur vich ik hakim rahinda see
a physician lived in Lahore

ii. Time in which :
ਉਸ ਜੁਗ ਵਿੱਚ, uss jug vich
(in that age)

ਅੱਠਾਂ ਮਿੰਟਾਂ ਵਿੱਚ, athaan mintan vich
(in eight minutes' time)

iii. Price at which ;
ਜੁੱਤੀ ਕਿੰਨੇ ਰੁਪਈਆਂ ਵਿੱਚ ਮਿਲੇਗੀ ?
juti kine rupiyan vich milegi
what will the cost ?

iv. Age at which ;
ਇਸ ਉਮਰ ਵਿਚ, iss umar vich
(at this age)

v. Action in which :
ਵਹੁਟੀ ਪਕਾਣ ਵਿਚ ਲਗੀ ਰਹੀ ।
vohti pakan vich lagi rahi
the wife kept busy in cooking

vi. State in which :

ਬਿਮਾਰੀ ਵਿੱਚ ਈ ਮੇਰਾ ਕੰਮ ਵਿਗੜ ਗਿਆ ।

bimari vich ee mera kam viggar giya

my work was spoilt during my illness

vii. Comparison ;

ਇਹ ਕੁੜੀ ਸਾਰੀਆ ਵਿੱਚੋ ਸੁਹਣੀ ਹੈ ।

eh kurri sariyan vichon sohni hai

this girl is most beautiful of all

ਨਾਲ (naal)

ਨਾਲ (with) is used to denote

i. Instrument :

ਹੱਥ ਨਾਲ ਖਾ, hath naal khaa

- (eat with hand)

ii. Cause :

ਭੁਖ ਨਾਲ ਜਾਨ ਪਈ ਨਿਕਲਦੀ ਹੈ ।

bhukh naal jan paye nikaldi hai

life is being lost on account of hunger —

feeling terribly hungry

iii. Manner :

ਇਹ ਮਾਮਲਾ ਅੱਛੀ ਤਰਾ ਨਾਲ ਸਮਝ ਲੈ ।

eh mamla achhi tarah naal samajh lai

understand this matter properly

129

iv. Companionship :

ਸਾਮੂ ਚਾਚੇ ਦੇ ਨਾਲ ਜ਼ਾ ਰਿਹਾ ਸੀ ।
samu chache de naal ja riha si
Shamu was going with his uncle

v. Proximity :

ਮੇਜ਼ ਦੇ ਨਾਲ ਈ ਕੁਰਸੀ ਪਈ ਹੈ ।
mez de naal ae kursi payee hai
just near the table is lying a chair

vi. Along :

ਦਿਵਾਰ ਦੇ ਨਾਲ ਨਾਲ ਚਲਾ ਜਾਂ ।
diwar de naal naal chale ja
go along the wall

Verbs ਗੱਲਾਂ ਕਰਨਾ, to talk; ਸਲੂਕ ਕਰਨਾ, to treat; ਬੰਨ੍ਹਣਾ, to tie; ਵਿਆਹ ਕਰਨਾ to, marry; ਪਿਆਰ ਹੋਣਾ to love; ਜੋੜਨਾ, to join; ਮਿਲਾਣਾਂ, to combine; Compare :

ਮੈਂ ਓਹਦੇ ਨਾਲ ਦੋ ਘੰਟੇ ਗੱਲਾਂ ਕਰਦਾ ਰਿਹਾ ।
main uhde naal do ghante gallan karde riha
I kept talking with him for two hours

ਰਾਧੋ ਦਾ ਵਿਆਹੋ ਲੁਹਾਰ ਨਾਲ ਕਰ ਦਿੱਤਾ ।
radho da viyah loohar naal kar ditta
Radho was married to the blacksmith

ਮੇਰਾ ਓਹਦੇ ਨਾਲ ਪਿਆਰ ਹੋ ਗਿਆ ।
mera uhde naal piyar ho giya
I fell in love with her

ਕਾਗਜ ਲੇਵੀ ਨਾਲ ਜੋੜ ਲਓ ।
kagaz lavy naal jor lao
glue the paper with paste

ਇਹ ਰੰਗ ਓਸ ਨਾਲ ਮਿਲਾ ਕੇ ਵੇਖੋ ।
eh rang uss naal mila ke vekho
see after mixing this colour with that

Note that 'For' is expressed in Punjabi by

i. ਲਈ – ਮੇਰੇ ਲਈ ਕੀ ਲਿਆਓਗੇ ?
mere layee ki liyaoge
what will you bring for me ?

ii. ਥੋਂ (ਤੋਂ)– ਓਹ ਪਿਛਲੇ ਚਾਰ ਦਿਨਾਂ ਤੋਂ ਕੁਝ ਨਹੀਂ ਖਾ ਰਿਹਾ ।
oh pichhle char dina tun kujh nahin kha riha
he has been eating nothing for the last four days

iii. ਦਾ–ਤੁਸਾਂ ਇਸ ਹਿਰਣੀ ਦਾ ਕਿੰਨਾ ਮੁਲ ਭਰਿਆ ?
tussan iss hirni da kina mul bhariya
what did you pay for this she-deer ?

iv. ਦੇ ਮਾਰਿਆਂ– ਓਹ ਸ਼ਰਮ ਦੇ ਮਾਰਿਆਂ ਚੁੱਪ ਰਹਿ ਗਿਆ ।
oh sharm de mariya chup rahi giya
he kept silent for shame

v. ਵਲ—ਸਾਡੇ ਬੇਲੀ ਦਿੱਲੀ ਵਲ ਟੁਰ ਪਏ ।
sade beli dilli val tur gaye
our companions have left for Delhi

vi. ਦੀ ਥਾਂ ਤੇ—ਕਿਤਾਬ ਦੀ ਥਾਂ ਤੇ ਮੇਰੇ ਕੋਲੋਂ ਕਾਪੀ ਲੈ ਲੈ ।
kitab di thaan te mere kolon kapi lailai
take a copybook for your book

vii. ਵਿੱਚ—ਮੈਂ ਇਹ ਗਾਂ ਤੀਹ ਰੁਪਈਆ ਵਿੱਚ ਖਰੀਦੀ ਹੈ ।
main eh gaan teeh rupayan vich kharidi hai
I have bought this cow for thirty rupees

—————

LESSON 16

MOOD

The different modes or manners in which a verb may be used to express an action are called moods. There are several moods. First we discuss the subjunctive mood.

Subjunctive mood is used to express a wish or desiri or a purpose or a condition or supposition

Examples

Singular

1. ਮੈਂ ਕਰਾਂ, I may do; if I do
2. ਤੂੰ ਲਿਖੇਂ, you may write, if you write
3. ਓਹ ਤੋੜੇ, he/she may break
   if he/she may break

Plural

1. ਅਸੀਂ ਪੜ੍ਹੀਏ, we may read, if we read
2. ਤੁਸੀਂ ਸੁਣੋ, you may listen, if you listen
3. ਓਹ ਜਾਗਣ, they may get up, if they get up

1. Here we do not have a participle form. There is no change with gender.

2. But the form is inflected in number and person

3. Different meaningful terminations may be noted

This form has a sense of futurity, and it can also be called 'optative', as it expresses desire, requirement or purpose, besides condition

There is a ਵ glide after the root ending in a vowel, as in ਖਾਵੇ, (he may eat), ਸੌਵੇਂ (you may sleep) ਪੀਵਾਂ (I may drink)

Among the tenses or moods in Punjabi, this is the only one in which a verb takes six varied forms.

Other Examples

Subjunctive : (may be)

	Singular	Plural
1st per	ਮੈਂ ਹੋਵਾਂ	ਅਸੀਂ ਹੋਵੀਏ
2nd per	ਤੂੰ ਹੋਵੇਂ	ਤੁਸੀ ਹੋਵੇ ।
3rd per	ਉਹ ਹੋਵੇ	ਉਹ ਹੋਵਣ ।

Future will be :
Sing. add-ਗਾ for masc. -ਗੀ for fem.
Pl. add -ਗੇ for masc: -ਗੀਆਂ for fem.

Compare :
ਮੈਂ ਬੈਠ ਹਾਂ (I am seated)
ਮੈਂ ਬੈਠਾ ਸਾਂ (I was sitting)

134

ਮੈਂ ਬੈਠਾ ਹੋਵਾਂ (if I be sitting)

ਮੈਂ ਬੈਠਾ ਹੋਵਾਂਗਾਂ (I will be sitting)

ਮੈਂ ਬੈਠਾ ਹੁੰਦਾ (if I were sitting)

ਬੈਠਾ is as good an abjective as ਮੋਟਾ (fat); ਪਤਲਾ (thin); ਸਾਦਾ (simple); ਕਮੀਨਾ (mean); etc., so for as function is concerned.

Use in Sentences

ਜੇ ਓਹ ਡਰਦਾ ਤਾਂ ਫਲ ਨਾ ਖਾਂਦਾ ।
je uh darda tan fal na khanda
if he had feared, he would not have eaten fruit

ਤੁਸੀਂ ਦੁਕਾਨ ਤੇ ਕਿਉਂ ਜਾਂਦੇ ਹੋ ?
tussin dukan te kiun jande ho ?
why do you go to the shop ? – (purpose)

ਦਰਵਾਜ਼ਾ ਬੰਦ ਨਾ ਕਰੋ, ਕੋਈ ਆਉਂਦਾਂ ਹੋਵੇਗਾ ।
darwaz band na karo, koi aunda hovega
do not shut the door, somebody may be coming – (supposition)

ਮੈਂ ਇਹ ਕੰਮ ਕਰਦੀ ਹੁੰਦੀ ਤਾਂ ਚੰਗਾ ਹੁੰਦਾ ।
mein eh kam kardi hundi tan changa hunda
if I had been doing this work, then it would have been good – (condition)

ਮੁੰਡੇ ਕੀ ਪਾਂਦੇ ਹਨ ? – ਕਪੜਾ, ਕਮੀਜ, ਪਜਾਮਾ, ਕੋਟ, ਜੁੱਤੀ ।
munde ki pande han – kapra, kameez, pajama, kot, juti
what do boys wear ? – dress, shirt, pyjama, coat, shoe

ਕੁੜੀਆਂ ਕੀ ਪਾਂਦੀਆਂ ਸਨ ? ਸਲਵਾਰ, ਧੋਤੀ, ਸਾੜ੍ਹੀ, ਦੁਪੱਟਾ, ਚੁੱਨੀ ।
kuriyan ki pandiyan san ? salwar, dhoti, sari, dupatta, chuni
what do girls wear ? – trousers, dhoti, saree, scarf small scarf

ਕੋਈ ਮਜ਼ਦੂਰ ਜਾਂਦਾ ਹੋਵੇ ਤਾਂ ਮੈਨੂੰ ਦੱਸ਼ਣਾ ।
koi mazdoor janda howe taan mainu dasna
if some labourer passes tell me

1. The present participle also functions as past conditional. It is extended by the auxiliary.

"ਹੋਣਾ" is conjugated according to person and number. The English (to have) and (to be) both mean "ਹੋਣਾ" in Punjabi.

2. In conditional mood, the Punjabi form in both subordinate and the principal clause is the same. Cf. English had...... would.

3. The participle form changes with number and gender.

LESSON 17

DEGREES OF COMPARISONS

In Punjabi there are several words which express the degree of comparison. For instance ਨਾਲੋਂ, ਤੋਂ, ਥੋਂ etc.

The following are the examples of how these are used in making sentences.

a. ਇਹ ਕੁੱਤਾ ਉਸ ਕੁਤੇ ਨਾਲੋਂ ਚੰਗਾ ਹੈ ।
(this dog is better than that)
(the degree of comparison in this sentence can be expressed in some other words also.

ਇਹ ਕੁਤਾ ਉਸ ਤੋਂ ਚਗਾਂ ਹੈ or ਇਹ ਕੁਤਾ ਉਮ ਥੋਂ ਚੰਗਾ ਹੈ or ਇਹ ਕੁਤਾ ਉਸ ਕੋਲੋ ਚੰਗਾ ਹੈ ।

b. ਇਹ ਹੋਰ ਜਿਆਦਾ / ਕਾਲਾ / ਵਡਾ ਹੈ ।
(eh hor ziada changa/kala/vada hai)
it is still more good/black/big (better, blacker bigger)

From the above sentences we see that the words ਨਾਲੋਂ, ਤੋਂ, ਥੋਂ, ਕੋਲੋ, ਹੋਰ ਜ਼ਿਆਦਾ express comparison between two similar things.

Other Sentences

ਨੱਥਾ ਸਾਰਿਆਂ ਨਾਲੋਂ (ਵਿੱਚੋਂ, ਤੋਂ, ਥੋਂ, ਕੋਲੋਂ) ਭੈੜਾ ਹੈ ।
(Natha is worst of all)

ਸ਼ੀਲਾ ਸਾਰੀਆਂ ਕੁੜੀਆਂ ਨਾਲੋਂ ਚੰਗੀ ਹੈ ।

(Shila is best of all girls)

From the above examples follow the rules that

1. The adjective itself (ਚੰਗਾ, ਕਾਲਾ, ਵਡਾ, ਡੰਡਾ) does not undergo any change for degrees of comparison. The comparative is expressed by ਨਾਲੋਂ, ਤੋਂ, ਥੋਂ, ਕੋਲੋਂ which means 'than'.

2. The superlative is expressed by ਸਾਰਿਆਂ (mas), ਸਾਰੀਆਂ (fem) all ਨਾਲੋਂ (ਤੋਂ, ਥੋਂ, ਕੋਲੋਂ), as compared with, or ਵਿਚੋਂ (out of)

3. In "b" the formation is just like 'more beautiful', where the adjective in positive degree is made comparative by the addition of 'more' –ਹੋਰ– in Punjabi.

4. Like the comparative – "er" in English–larger, better, etc–we have some cases of–era in ਚੰਗੇਰਾ (changera) better from, ਚੰਗਾ (changa), ਲੰਬੇਰਾ (lambera) longer, taller; ਛੋਟੇਰਾਂ (chhatera) smaller; from ਛੋਟਾ (chhota); ਉਚੇਰਾ (uchera) higher, from ਉਚਾ (ucha)

Even before these, ਥੋਂ or ਕੋਲੋਂ is used for 'than

5. The superlative is also expressed by the repetition of the adjective with ਤੋਂ in between, as ਗਰੀਬ ਤੋਂ ਗਰੀਬ (garib tun garib) the poorest of the poor; ਅਮੀਰ ਤੋਂ ਅਮੀਰ (amir tun amir) the richest.

6. Mere repetition of adjectives and adverbs denotes comparison with self :

ਥੱਲੇ ਥੱਲੇ (thale thale) lower still, adv.
ਚੰਗਾ ਚੰਗਾ (changa changa) good in the lot
ਵੱਡਾ ਵੱਡਾ (vada vada) still bigger

Exercises

Q. Fill in the blank with words showing comparison in the following sentences :

੧. ਰਾਮਾ ਸਾਰੀਆਂ ਕੁੜੀਆਂ·········ਗੰਦੀ ਹੈ ।
੨. ਇਹ ਮਕਾਨ ਉਸ ਨਾਲੋਂ·········ਹੈ ।
੩. ਗਰੀਬ·········ਗਰੀਬ ਆਦਮੀ ਵੀ ਖੁਸ਼ ਹੈ ।
੪. ਇਹ·········ਚੰਗਾ ਹੋਂਦਾ ਤਾਂ ਠੀਕ ਸ਼ੀ ।
੫. ਨਦੀਆਂ ਵਿਚੋਂ ਗੰਗਾ·········ਪਵਿੜ ਹੈ ।

Ans. ੧. ਨਾਲੋਂ ੨. ਓਚੇਰਾ ੩. ਤੋਂ ੪. ਹੋਰ ਜਿਆਦਾ ੫. ਸਭ ਤੋਂ

LESSON 18

NUMBER

Singular-Plural

ਵਚਨ

Singular

a. ਇਹ ਕਿਤਾਬ ਹੈ (this is a book)
ਓਹ ਕੁਰਸੀ ਹੈ (that is a chair)
ਇਹ ਕੁੜੀ ਹੈ (this is a girl)
ਇਹ ਮਾਂ ਹੈ (this is mother)

Plural

a. ਇਹ ਕਿਤਾਬਾਂ ਹੈਨ (ਹਨ) (these are books)
ਓਹ ਕੁਰਸੀਆਂ ਹੈਨ (ਹਨ) (those are chairs)
ਇਹ ਕੁੜੀਆਂ ਹੈਨ (ਹਨ) (these are girls)
ਇਹ ਮਾਂਵਾਂ ਹੈਨ (ਹਨ) (these are mothers)

Singular

b, ਇਹ ਡਾਕਖ਼ਾਨਾ ਹੈ (this is a post office)
ਇਹ ਮਕਾਨ ਹੈ (this is a house)
ਓਹ ਨੌਕਰ ਹੈ (that is a servant)
ਓਹ ਸਾਧੂ ਹੈ (that is a saint)
ਇਰ ਆਦਮੀ ਹੈ (this is a man)

Plural

b. ਇਹ ਡਾਕਖ਼ਾਨੇ ਹੈਨ (ਰਨ) (these are post offices)

ਇਹ ਮਕਾਨ ਹੈਨ (ਹਨ) (these are houses)

ਓਹ ਨੌਕਰ ਹੈਨ (ਹਨ) (those are servants)

ਓਹ ਸਾਧੂ ਹੈਨ (ਹਨ) (those (they) are saints)

ਇਹ ਆਦਮੀ ਹੈਨ (ਹਨ) (these are men)

1. The Punjabi language has only two genders—masculine and feminine.

2. Note that the pronouns ਇਹ (this, it, he, she) and ਓਹ (that, it, he, she) do not change in gender and number.

3. ਹੈਨ (are) is more common than ਹਨ which is rather pedantic.

4. Under A above we have feminine nouns and their forms, and under B above, masculine nouns and their forms. The following rules may be noted.

Feminine

Sing. ending in–a

Pl. add – va

ਮਾਂ - ਮਾਂਵਾਂ

Others add –a in pl.

ਕਿਤਾਬ - ਕਿਤਾਬਾਂ, ਕੁੜੀ - ਕੁੜੀਆਂ

141

Masculine

Sing. ending in – a

Pl. change –a to –e

ਡਾਕਖਾਨਾ–ਡਾਕਖ਼ਾਨੇ, ਦਰਵਾਜ਼ਾ-ਦਰਵਾਜ਼ੇ

Others no change

ਮਕਾਨ-ਮਕਾਨ, ਨੌਕਰ–ਨੌਕਰ, ਆਦਮੀ-ਆਦਮੀ, ਸਾਧੂ–ਸਾਧੂ

To elaborate the rules we may give some examples again :

1. Singular (feminine) ending in the vowel (ਅ, ਾ) change into "ਵਾਂ" in plural. Example ; ਮਾਂ (ਮਾਂਵਾਂ) But in such cases verb also changes. "ਮਾਂ ਹੈ" becomes "ਮਾਵਾਂ ਹੈਨ"

2. Singular masculines end in (ਅ, ਾ) change into (ੇ) in their plural form. Example : ਬਚਾ (ਬਚੇ), ਮੁੰਡਾ (ਮੁੰਡੇ), ਚਾਚਾ (ਚਾਚੇ)

3. Singular feminine ending in (ੀ) changes into (ਆਂ), Examples : ਚਾਚੀ (ਚ਼ਾਚੀਆਂ), ਚਾਬੀ (ਚਾਬੀਆਂ), ਕੁੜੀ (ਕੁੜੀਆਂ) The verb also changes.

4. Singular masculines ending in (ੀ). or (ੂ) do not change. Only their verbs change. Examples : ਆਦਮੀ ਹੈ (ਆਦਮੀ ਹੈਨ), ਸਾਧੂ ਹੈ (ਸ਼ਾਧੂ ਹੈਨ)

5. Singular masculines not ending in vowels do not change except in the form of their verbs. Examples : ਨੌਕਰ ਹੈ (ਨੌਕਰ ਹੈਨ)

6. Singular neutrals ending in vowels (ਾ) change. Examples : ਡਾਕਖਾਨਾ ਹੈ (ਡਾਕਖਾਨੇ ਹੈਨ). Their verbs also change. More examples : ਦਰਵਾਜ਼ਾ ਹੈ (ਦਰਵਾਜ਼ੇ ਹੈਨ); ਪਜ਼ਾਮਾ ਹੈ (ਪਜਾਮੇ ਹੈਨ)

7. Singular neutrals ending in vowel (ੀ) change into (ਆਂ). Examples : ਕੁਰਸੀ (ਕੁਰਸੀਆਂ), ਚਿਠੀ (ਚਿਠੀਆਂ)

8. Singular neutrals without vowel endings do not change except in the form of their verbs. Examples : ਮਕਾਨ ਹੈ (ਮਕਾਨ ਹੈਨ). There are many exceptions to this rule. Example : ਕਿਤਾਬ (ਕਿਤਾਬਾਂ)

Some masculine nouns do not change in number, but their plurality is known from 'e' in pronouns, adjectives and verbs.

Example

ਮੇਰੇ ਚਿੱਟੇ ਬੂਟ ਧੋਤੇ ਹੋਏ ਹਨ ।
(mere chite boot dhote hoe han)
my white shoes are washed

Other Examples

ਮਾਪੇ (parents); ਨਾਨਕੇ (mother's parents); ਸਹੁਰੇ

(wife's or husband's perents); ਲੋਕ or ਲੋਕੀ (people) are only masculine plural.

ਭਰਾ (brother); ਆਤਮਾ (soul); ਪਿਤਾ (father); ਦਰਿਆ (river) do not change for plural number.

Feminine nouns, pronouns, adjectives and verbs take – a to form plural number, as ਘੋੜੀਆ (mares); ਸਾਲੀਆਂ (sisters - in - law); ਬੈਠੀਆ (sitting) ਗਈਆਂ (went)

Some feminine nouns end in –a. They take a glide before the plural termination as : ਹਵਾਂਵਾਂ (winds); ਦਵਾਵਾਂ (medicines); ਚਾਹਵਾਂ (desires), Another plural form of such words has – i termination, as in ਹਵਾਈਂ, ਦਵਾਈਂ, etc.

If the final vowel of a feminine noun is nasalized, it is denasalized and then a is appended, as : ਮਾਂ (mother), ਮਾਵਾਂ (mothers), ਗਾਂ (cow) ਗਾਂਵਾਂ, ਗਾਈਂ (cows)

Respectful terms, expressed with ਸ਼੍ਰੀਮਾਨ (shriman) before name or designation), and ਜੀ (ji), ਹੋਰੀਂ (horin); ਸਾਹਿਬ (sahib); ਮਹਾਰਾਜ (maharaj) etc. after a name, relation or designation, or even unexpressed adjectives and verbs are in plural.

Examples

ਸਾਡੇ ਪਿਤਾ ਜ਼ੀ ਕਹਿੰਦੇ ਹੁੰਦੇ ਸਨ ।
sadde pitaji kahende hunde san
(our father used to say)

ਸ਼੍ਰੀਮਾਨ ਸ਼ੇਰ ਸਿੰਘ ਚਲੇ ਗਏ ਹਨ ।
shriman Sher Singh chale gaye han
(Mr. Sher Singh has gone)

ਚਾਚਾ / ਖੰਨਾ ਜੀ / ਹੋਰਾਂ ਬੜੇ ਚੰਗੇ ਆਦਮੀ ਸਨ ।
chacha/Khanna ji/ hori bare change aadmi san
(Uncle/ Mr. Khanna was a good man)

Authors, editors and officers commonly use plural in first person, as

ਅਸਾਂ ਇਹ ਕਿਤਾਬ ਲਿਖੀ ਹੈ ।
assan eh kitab likhi hai
(I have written this book)

ਅਸੀਂ ਅਜ ਦਫ਼ਤਰ ਨਹੀਂ ਆਵਾਂਗੇ ।
assin aj daftar nahin avange
(I shall not come to office today)

Some Numbers

Singular	Plural
ਬੱਚਾ	ਬਚੇ (m)
ਬਚੀ	ਬਚਿਆਂ (f)

Singular	Plural
ਕੁਤਾ	ਕੁਤੇ (m)
ਕੁਤੀ	ਕੁਤੀਆਂ (f)
ਚਾਚਾ	ਚਾਚੇ
ਮਾਮਾ	ਮਾਮੇ
ਚਾਚੀ	ਚਾਚੀਆਂ
ਮਾਮੀ	ਮਾਮੀਆਂ
ਚਿਠੀ	ਚਿਠੀਆਂ
ਜੁੱਤੀ	ਜੁਤੀਆਂ
ਚਿੜੀ	ਚਿੜੀਆਂ
ਮੈਂ	ਅਸੀਂ
ਤੂੰ	ਤੁਸੀਂ
ਓਹ	ਓਹ
ਕਮੀਜ਼	ਕਮੀਜ਼ਾਂ
ਪਜ਼ਾਮਾ	ਪਜ਼ਾਮੇ
ਸਲਵਾਰ	ਸਲਵਾਰਾਂ
ਦੁਕਾਨ	ਦੁਕਾਨਾਂ
ਦੁਪੱਟਾ	ਦੁਪੱਟੇ
ਦਰਵਾਜ਼ਾ	ਦਰਵਾਜ਼ੇ
ਮੁੰਡਾ	ਮੁੰਡੇ
ਓਠ (uth)	ਓਠੋ (utho) get up
ਬੈਠ (baith)	ਬੈਠੋ (baitho) sit

Singular	Plural
ਪੜ (parh)	ਪੜੋ (parho) read
ਚਲ (chal)	ਚਲੋ (chalo) go
ਜਾ (ja)	ਜਾਓ (jao) go
ਆ (aa)	ਆਓ (aao) come
ਲਿਖ (likh)	ਲਿਖੋ (likho) write
ਦੇ (de)	ਦੇਓ (deo) give
ਕਰ (kar)	ਕਰੋ (karo) do
ਮੈਂ ਹੋਵਾਂ	ਅਸੀ ਹੋਵੀਏ
ਤੂੰ ਹੋਵੇਂ	ਤੁਸੀਂ ਹੋਵੋ
ਓਹ ਹੋਵੇ	ਓਹ ਰੋਵਣ
ਦਵਾਤ	ਦਵਾਤਾਂ
ਕਲਮ	ਕਲਮਾਂ
ਤਸਵੀਰ	ਤਸਵੀਰਾਂ
ਅਲਮਾਰੀ	ਅਲਮਾਰੀਆਂ
ਸ਼ਕੂਲ	ਸਕੂਲ
ਹਸਪਤਾਲ	ਹਸਪਤਾਲਾ
ਬਾਜਾਰ	ਬਾਜਾਰਾਂ
ਕਿਤਾਬ	ਕਿਤਾਬਾਂ
ਬਾਰੀ	ਬਾਰੀਆਂ
ਦਿਵਾਰ	ਦਿਵਾਰਾਂ
ਪੈਨ	ਪੈਨ
ਮੰਜਾ	ਮੰਜੇ
ਕੂਲੀ	ਕੁਲੀ

Q. Correct the numbers in the following sentences :

੧. ਸਾਡਾ ਪਿਤਾ ਜੀ ਕਹਿੰਦਾ ਹੁੰਦਾ ਸ਼ੀ।

੨. ਅਸੀ ਅਜ ਦਫਤਰ ਨਹੀ ਆਵਾਂਗਾ

੩. ਦੋ ਘੋੜੀ ਮਰ ਗਈਆਂ ।

੪. ਇਹ ਕੁੜੀਆਂ ਹੈ ।

੫. ਇਹ ਡਾਕਖਾਨੇ ਹੈ ।

Ans. ੧. ਸਾਡੇ ਪਿਤਾ ਜੀ ਕਹਿੰਦੇ ਹੁੰਦੇ ਸਨ ।

੨. ਅਸੀਂ ਅਜ ਦਫਤਰ ਨਹੀਂ ਆਵਾਂਗੇ ।

੩. ਦੋ ਘੋੜੀਆਂ ਮਰ ਗਈਆਂ ਸਨ

੪. ਇਹ ਕੁੜੀਆਂ ਹੈਨ (ਹਨ)

੫. ਇਹ ਡਾਕਖਾਨੇ ਹੈਨ (ਹਨ)

LESSON 19

OTHER PARTS OF SPEECH – I

Imperative (command)

Sing. ਤੂੰ ਚਲ you go, or ਚਲ go
Pl. ਤੁਸੀਂ ਚਲੋ you go, or ਚਲੋ go

1. ਤੂੰ, like 'thou' in English is a familiar form. Foreigners should avoid this form.

2. The plural form [ਤੁਸੀਂ] ਚਲੋ is used for singular as well as plural. exactly as in English. ਤੁਸੀਂ is honorific and plural.

3. ਚਲ is, in fact, the root form which is used as imperative 2nd person singular. Here, too, Punjabi and English treatment is similar.

4. Note that we can use the verb without the pronoun in imperative mood, as in English. The pronoun is used for emphasis.

Some imperatives

Singular	Plural
ਉੱਠ get up	ਉੱਠੋ
ਬੈਠ sit	ਬੈਠੋ
ਚਲ go	ਚਲੋ
ਪੜ੍ਹ read	ਪੜ੍ਹੋ

ਜਾ go	ਜਾਓ
ਆ come	ਆਓ
ਲਿਖ write	ਲਿਖੋ
ਦੇ give	ਦੇਓ
ਕਰ do	ਕਰੋ

5. The infinitive often serves the purpose of the imperative.

Examples

ਤੁਸੀਂ ਘਰ ਜਾਣਾ, tusi ghar jana
(you go home)

ਘਰ ਬੈਠਣਾ, ghar baithna
(sit in the house)

ਸਕੂਲ ਨਾ ਜਾਣਾ, skool na jaana
(do not go to school)

Other Examples

[ਤੂੰ] ਘਰ ਚਲ । [ਤੁਸੀਂ] ਘਰ ਚਲੋ ।
[ਤੂੰ] ਹਸਪਤਾਲ ਜਾ । [ਤੁਸੀਂ 1 ਹਸਪਤਾਲ ਜਾਓ ।
[ਤੂੰ] ਮੇਰੀ ਕਲਮ ਦੇ । [ਤੁਸੀਂ] ਕਿਤਾਬ ਪੜ੍ਹੋ ।
[ਤੂੰ] ਓਠ ।

Remember that verb in a Punjabi sentence comes at the end.

The negative is expressed by ਨਾ put before

the verb –ਨਾ ਬੋਠ। But for emphasis ਨਹੀਂ is used after the verb - ਜਾਓ ਨਹੀਂ, do not go

Infinitive

ਲਿਖਣਾ ਚੰਗਾ ਕੰਮ ਹੈ।
likhna changa kam hai
(to write is good)

ਘਰ ਜਾਣਾ ਅਛਾ ਹੈ।
ghar jana achha hai
(it is good to go home)

ਕੰਮ ਕਰਨਾ ਸੋਖਾ ਹੈ।
kam karna saukha hai
(to do work is easy)

ਕਿਤਾਬ ਨਾ ਪੜਨਾ ਚੰਗਾ ਕੰਮ ਨਹੀਂ ਹੈ।
kitab na parhna changa kam nahin hai
(not to read a book is not good)

In these sentences "ਲਿਖਣਾ", "ਜ਼ਾਣਾ", "ਕਰਨਾ" "ਪੜਨਾ" become infinitive with the addition of "ਣਾ" to the root.

1. Root plus – ਣਾ is the infinitive form. In dictionaries verbs are given in their infinitive form, and we can say that root is obtained by eliminating –"ਣਾ" at the end.

2. If the root ends in – ਣ, – ੜ – ਰ, the infinitive termination is – ਨਾ. This is phonetically more convenient. Thus ਪੜਨਾ (to read), ਕਰਨਾ (to do), ਸੁਣਨਾ (to hear).

3. The verbal phrase with infinitive follows the ordinary rule of keeping the verb (i.e. the infinitive) at the end.

Compare :
Eng – to go home
Punj. — ਘਰ ਜਾਣਾ ।
Eng – to do a good work
Punj. – ਚੰਗਾ ਕੰਮ ਕਰਨਾ ।

5. The place of 'ਨਾ' (not) is the same as in English.

Interjections

Here is a list of interjections. They form sentences by themselves.

ਓਏ, ਵੇ (uooae, ve) (masc); ਨੀ (ni) (fem); ਜੀ (ji) (respectful) – o, for addressing.

ਆਹਾ (aaha) ਵਾਹ ਭਈ ਵਾਹ (vah bhai vah) (praise be yours) joy, ਉਈ (uee) (pain)

ਗਏ, ਓਹ, ਆਹ (gaye, uh, aah) (regret)

ਅਛਾ (achcha) approval

ਖਬਰਦਾਰ (khabardar) beware; ਬੱਲੇ ਬੱਲੇ (balay balay) brave; ਸਾਈਂ ਭਲਾ ਕਰੇ (sayeen bhala karo) may God do you good; ਜੀਓਂਦਾ ਰਹੁ (jeonda rahu) may you live; ਵੱਡੀ ਓਮਰ ! (vaddi umar) may you live long;

ਹੇ ਰੱਬਾ (hay rabba) O God; ਹੇ ਦਾਤਿਆ (hay datya) O God; ਮੋਇਆ (moiya) dead; ਸਿਰ ਸੜਿਆ (sir sarya) quite useless; ਸੁਣੋ ਜੀ (suno ji) please listen ! ਬਹੁਤ ਅੱਛਾ (bahut achha) very well.

Conjunctions

Conjunctions join together two sentences. There is nothing peculiar about Punjabi conjunction. You need only to have a practical list.

1. ਜੜ੍ਹਾਂ ਤੇ/ਅਤੇ ਪੱਤੇ ਪਏ ਹਨ (roots and leaves are lying) In this sentence ਜੜ੍ਹਾਂ, and ਪੱਤੇ (roots and leaves) are joined together with words ਤੇ (te) or atay (ਅਤੇ). Thus this sentence can have these conjunctions. Any one of them can be used to express the complete meaning.

Other Examples

1. ਨਿਹਾਲਾ ਸੋਟੀ ਲਿਆਇਆ ਤੇ ਡਾਂਗ ਮੋੜ ਦਿੱਤੀ ।
   nihala sotti liyaya te daang morr diti
   (Nihala brought a stick and returned the bigger one)

2. ਮੈਂ ਉਹਨੂੰ ਮਾਫ਼ ਕਰ ਦੇਂਦਾ ਪਰ ਓਹ ਮਾਫੀ ਤਾਂ ਮੰਗਦਾ ।
main uhnu maaf kar dainda par uh maafi tan mangda
(I would have excused him but he should have just asked for pardon)

3. ਮੋਤੀ ਨਾਲੇ ਲੜਦਾ ਹੈ ਨਾਲੋ ਰੋਂਦਾਂ ਹੇ ।
moti nalay larda hai nale ronda hai
(Moti quarrels as also weeps)

4. ਮੋਰ ਸੋਹਣਾ ਹੁੰਦਾ ਹੈ ਕਿ / ਜਾਂ ਮੋਰਨੀ ?
mor sohna hunda hai keh/jan morni ?
(Is peacock beautiful or peahen ?)

5. ਸਾਡਾ ਕਾਲਜ ਦੂਰ ਨਹੀਂ, ਸਗੋਂ ਨੇੜੇ ਹੀ ਹੈ ।
sadda kalaj door nahin, sagoon nairay hi hai
(our college is not far off, rather it is quite near)

6. ਓਹ ਪਾਸ ਹੋ ਗਿਆ ਸੀ, ਇਸ ਲਈ (ਕਰਕੇ- ਵਾਸਤੇ) ਓਹਨੂੰ ਇਨਾਮ ਮਿਲੇਗਾ ।
oh pas ho giya si is laye/karke/vaste uhnu inam milega
(He had passed, therefore he will get a prize)

In the above sentences ਕਿ, ਜਾ, ਸਗੋਂ, ਇਸ਼ ਲ਼ਈ, ਕਰਕੇ ਵਾਸਤੇ are conjunctions.

Conjunctions are used to make compound and complex sentences as in English.

Words without coordinating conjunction are very commonly used in Punjabi.

ਨਿੱਕੇ ਵੱਡੇ, (nike vade)
     the small (and) the big ones

ਮੁੰਡੇ ਕੁੜੀਆ, (munde kuriyan)
     boys (and) girls

ਅੰਦਰ ਬਾਹਰ, (andar bahar)
     inside (and) outside

The Object

ਤੂੰ ਕੀ ਖਾਂਦਾ ਹੈ ?, tun ki khanda hai
     (what do you eat ?)

ਮੈਂ ਰੋਟੀ ਖਾਂਦਾ ਹਾਂ, main roti khanda han
     (I eat bread)

ਓਹ ਕੀ ਕਰਦਾ ਹੈ, oh ki karda hai
     (what does he do ?)

ਓਹ ਚੀਜ਼ਾਂ ਲੈਂਦਾ ਹੈ, oh cheezan lainda hai
     (he takes articles)

ਵੱਡਾ ਡਾਕਟਰ ਮੇਰੀ ਉਂਗਲੀ ਵੇਖਦਾ ਹੈ ।
vada daktar meri ungli dekhda hai
(the senior doctor examines my finger)

155

In the above sentences words "ਕੀ", "ਰੋਟੀ", "ਚੀਜਾਂ" etc are objects.

The general principle in Punjabi is that verb comes at the end of a sentence. It must, therefore, mean that the object must come before the verb unlike in Englieh. Examples : "ਕੋਟੀ ਖਾਂਦਾ", "ਚੀਜਾ ਲੈਂਦਾ" "ਓਂਗਲੀ ਦੇਖਦਾ" etc.

Some Verbs with Objects

ਕਟਣਾ to cut	(ਫਲ ਕਟਣਾ)	ਫਲ fruit
		ਫੂੱਲ flower
ਵੇਚਣਾ to sell	(ਸਬਜੀ ਵੇਚਣਾ)	ਸਬਜੀ vegetable
ਫੜਨਾ to catch	(ਕੇਲਾ ਫੜਨਾ)	ਕੇਲਾ banana
ਦੇਣਾ to give	(ਅਨਾਰ ਦੇਣਾ)	ਅਨਾਰ pomegranate
ਖਰੀਦਣਾ to buy	(ਅੰਗੂਰ ਖਰੀਦਣਾ)	ਅੰਗੂਰ grapes
ਖਾਣਾ to eat	(ਆਲੂ ਖਾਣਾ)	ਆਲੂ

Also compare Punjabi and English structure in :

ਮਾਂਵਾਂ ਕੰਮ ਕਰਦੀਆਂ ਹਨ ।
(mawan kam kardiyan han)
mothers do work

ਓਹ ਕੀ ਕਰਦਾ ਹੈ ?
oh ki karda hai
(what does he do ?)

ਮੇਰੀ ਕਿਤਾਬ ਦੇ ।
meri kitab de
(give my book)

(ਤੁਸੀਂ) ਕਿਤਾਬ ਪੜ੍ਹੋ ।
tussin kitab parho
(you, read the book)

ਓਹ ਕੌਣ ਹੈ ?
oh kaun hai
(he who is) who is he ?

ਓਹ ਟੀਚਰ ਹੈ ।
oh teechar hai
(he teacher is) hs is a teacher

ਓਹ ਮੇਰਾ ਭਾਈ ਹੈ ।
oh mera bhai hai
(he is my brother)

The reply to ਓਹ ਕੌਣ ਹੈ ? can be simply "ਟੀਚਰ" or 'ਮੇਰਾ ਭਾਈ so ਕੌਣ of the question is just replaced by the name of the person.

ਓਹ ਕੌਣ ਹਨ ? who are they ?
ਓਹ ਮੇਰੀਆਂ ਭੈਣਾਂ ਹਨ । they are my sisters.

LESSON 20

OTHER PARTS OF SPEECH—II

Use of isn't it, much, many etc.

It, There

ਤੁਹਾਡਾ ਨਾਂ ਕੀ ਹੈ । what is your name ?
ਤੇਰਾ ਕੀ ਨਾਂ ਹੈ ? what is your name ?
ਤੁਹਾਡਾ/ਤੇਰਾ ਕੀ ਹਾਲ ਹੈ/ਜੇ ? how do you do ?
ਹਾਲ – condition
ਕੀ ਅਜ ਛੁੱਟੀ ਹੈ ? Is it a holiday today ?
ਇਥੇ ਕੋਈ ਹੋਟਲ ਹੈ ? Is there any hotel here ?

'It' and 'there' are not rendered in Punjabi, as they are redundant.

ਸਾਡੀ ਗੇਂਦ ਕਿਧਰ ਗਈ ?
which side did our ball go ?
ਮੁੰਡਾ ਹੋਇਆ ਸੂ ਕਿ ਕੁੜੀ ?
has she begotten a son or a daughter ?
ਓਹ ਇਥੇ ਈ ਹੈ । ਹੈ ਨਾ ?
he is here. is he ?
ਅਜ ਬੁਖਾਰ ਤਾਂ ਨਹੀ ਹੈ ?
today of course, fever is not there. Is it ?
ਕੋਟ ਦਾ ਕਪੜਾ ਅਛਾ ਹੈ ?
is the coat-cloth good ?

Isn't it

a. ਓਹ ਇਥੇ ਈ ਹੈ । ਹੈ [ਕਿ] ਨਾ ?
oh ithe ee hai, hai (ki) na ?
he is here. Isn't it ?

ਤੇਰੇ ਕਪੜੇ ਤਾਂ ਨਵੇਂ ਹਨ । ਹੈਨ ਨਾ ?
tere kapde tan naven han, hain na ?
(your clothes are, of course, new. Are't they ?)

ਤੈਨੂੰ ਪੰਜਾਬੀ ਬੋਲਣੀ ਨਹੀਂ ਆਉਂਦੀ, ਹੈ ਨਾ ?
tainu Punjabi bolni nahin aundi, hai na ?
(you cannot speak Punjabi. Can you ?)

ਮੈਂ ਦੇਰ ਨਾਲ ਆਇਆ ਸਾਂ । ਹੈ ਨਾਂ
main der nal aya san, hain na ?
(I had come late. Didn't I)

b. ਚਿੜੀਆ-ਘਰ ਵਿਚ ਦੋ ਸ਼ੇਰ ਹੈਨ । Reply ਹੈਨ ਤਾਂ ਸ਼ਹੀ ।
chirya-ghar vich do sher hain, hain tan sahi
(there are two lions in the zoo. Yes there are)

ਮੈਂ ਸੁਣਿਆ ਹੈ ਕਿ ਤੂੰ ਫੇਲ ਹੋ ਗਿਆ ਹੈਂ । Reply ਨਹੀਂ ਤਾਂ ।
main suniya hai keh tun fail ho giya hain. Nahin tan
(I have heard that you have failed. No. I haven't)

ਤੈਨੂੰ ਮਿਲ ਗਿਆ ਹੈ ਨਾ ? Reply ਹਾਂ ਮਿਲ ਗਿਆ ।
tainu mill giya hai na ? haan mill giya
(did you find it ? yes, I did)

1. In these question tags, the first category only confirms a statement. Punjabi has a simple form which means to ask, "Is it or not ?" 'ਹੈ ਨਾ' is a very common expression to elicit approval or confirmation from another person.

2. In English, 'to do' takes the place of a verb in answers of category "B". There is nothing like it in Punjabi, which repeats the verb.

So Many, So much

1. ਤੈਨੂੰ ਕਿੰਨਾ ਰੁਪਈਆ ਚਾਹੀਦਾ ਹੈ ?
tainu kina rupaiya chahida hai
(how much money do you want)

& ਤੈਨੂੰ ਕਿਨੇ ਰੁਪਈਏ ਚਾਹੀਦੇ ਹਨ ?
tainu kine rupaye chahede han
(how many rupees do you want ?)

2. ਤੂੰ ਇੰਨਾਂ ਔਖਾ ਕਿਉਂ ਹੁੰਦਾ ਹੈਂ ?
tun inna aukha kiun hunda han
(why are you so (much) uneasy ?)

ਤੁਸੀ ਇਨੇ ਔਖੇ ਕਿਉ ਹੋ ?
tussi ine aukhe kiun ho
(why are you so (much) uneasy ?)

ਮੈਨੂੰ ਇੰਨਾਂ ਪਾਣੀ ਦਿਓ ਜਿੰਨਾ ਮੈਂ ਪੀ ਸਕਾਂ ।
mianu inna panni dio jinah main pee sakaan
(give me as much water as I can drink)

& ਮੈਨੂੰ ਇੰਨੇ ਨੰਬਰ ਮਿਲੇ ਕਿ ਮੈਂ ਪਾਸ ਹੋ ਗਿਆ ।
mainu ine nambar mile keh main pass ho giya
(I got so many marks that I passed)

1. There are certain words which have a different meaning in their plural form. In singular form they denote quantity or measure; while in plural number.

ਕਿੰਨਾ, how much	ਕਿੰਨੇ, how many
ਜਿੰਨਾ, as much	ਜਿੰਨੇ as much
ਇੰਨਾ, this much	ਇੰਨੇ, so many
ਉਂਨਾ, that much	ਓਂਨੇ, so many
ਥੋੜਾ, that much	ਥੋੜੇ, a few
ਬਹੁਤਾ, much	ਬਹੁਤੇ, many

2. In adverbial –"e" form, the sense of quantity or measure is retained before adjectives, as in

No. 2 above, or in ਬਹੁਤੇ ਅਛੇ very good, ਥੋੜੇ ਚੰਗੇ a
little better.

3. The plural form is masculine with –e and fem
with –ia, as of other adjectives ending in –a.

a. ਭਾਈ, ਜਰਾ ਸੁਣੀ ।
    bhai, zara sunni
    (Brother, just (you) listen. O brother, just
    (you) listen)

    ਇਹ ਕੀ ਕੀਤਾ ਈ ?
    eh ki keeta ee
    (what have you done ?)

    ਵੇਖ ਨਾ ਕੀ ਕੀਤਾ ਸੂ ।
    vekh na ki keeta su
    (Look ! what he/she had done)

    ਓਹ ਆਏ ਨੇ (ਜੇ) ।
    oh aaye ne (je)
    They have come, (mind you them)

b. (1) ਡਰਿਆਂ ਕੀ ਬਣਦਾ ?
        dariyan ki banda
        (what can be obtained by fearing ?)

162

ਭੈੜੇ-ਭੈੜੇ ਗਾਣੇ ਸੁਣਿਆਂ ਮੁੰਡੇ ਵਿਗੜਦੇ ਹਨ ।
bhaire-bhaire gane suniyan munde vigar-
de han
(listening bad songs, boys are spoilt)

(2) ਮੈਂ ਆਪਣੇ ਕੰਨੀਂ ਸੁਣਿਆ ।
main aapne kani suniya
(I heard (it) with my own ears)

ਮੈਂ ਇਹ ਕੰਮ ਆਪਣੇ ਹੱਥੀਂ ਕੀਤਾ ਸੀ ।
main eh kam aapne hathin keeta see
(I had done this work with my own hands)

(3) ਗੱਡੀ ਰਾਤੀਂ / ਦਿਨੇ ਜਾਂਦੀ ਹੈ ।
gaddi ratin / dine jandi hai
(the train leaves night and day)

(4) ਓਹ ਮੂਹੋਂ ਕੁਝ ਨਹੀ ਬੋਲਿਆ ।
oh muhun kujh nahin bolia
(he spoke nothing from (his) mouth)

(5) ਓਹ ਬਾਹਰੋਂ ਆਇਆ ।
oh bahroon aaya
(he came from outside)

(6) ਓਹ ਸਕੂਲ / ਧੁੱਪੇ ਬੈਠਾ ਹੋਣਾ ਹੈ ।
oh skool dhupe baitha hona hai
(he should be sitting in school/in the sun.

a. ਸੁੱਤਾ [ਹੋਇਆ] ਆਦਮੀ ਮੋਏ ਦੇ ਬਰਾਬਰ ਹੁੰਦਾ ਹੈ ।
suta (hoiya) aadmi moe de brabar hunda hai
(A man in sleep is like a dead man)

ਰੋਂਦੇ ਮੁੰਡੇ ਚੰਗੇ ਨਹੀਂ ਲਗਦੇ ।
ronde munde change nahin lagde
(weeping boys are not liked)

ਤੁਸਾਂ ਮੇਰੀਆਂ ਲਿਖੀਆਂ ਕਿਤਾਬਾਂ ਵੇਖੀਆਂ ਹਨ ।
tussan merian likhiyan kitaban vekhian han
(have you seen books written by me ?)

ਦੂਰੋਂ ਆਂਦੇ [ਆਦਮੀ] ਦਿੱਸ ਪੈਂਦੇ ਨੇ ।
dooroon aande (admi) diss painde ne (ਦਿਸਣਾ,
(to be seen)
(Men coming from a far look like it)

b. ਮੁੰਡਾ ਰੋਂਦਾ ਜਾਂਦਾ ਸੀ ।
munda ronda janda si
(the boy was going weeping)

ਕੁੜੀ ਖੇਡਦੀ ਖੇਡਦੀ ਢਹਿ ਪਈ ।
kurri kheddi kheddi deh payee
(the girl fell down playing)

ਰੋਟੀ ਸੜੀ ਹੋਈ ਸੀ ।
roti sarri hoe si
(the bread was burnt)

164

Vocative

ਵੇ ਵੀਰਾ / ਮੁੰਡਿਆ ! ਇਧਰ ਆ ।
(O brother / boy, come here)

ਨੀ ਮਾਏ / ਕੁੜੀਏ ! ਮੇਰੀ ਗਲ ਸੁਣ ।
(O mother / girl ! listen to my word)

ਏ ਜ਼ੀ ਬਾਬੂ ਲੋਕੋ ! ਮੇਰੀ ਮਦਦ ਕਰੋ ।
(O gentlemen ! give me help)

ਵੇ/ਓਏ ਮੁੰਡਿਓ/ ਵੀਰੋ ! ਮੈਨੂੰ ਸ਼ਹਿਰ ਦਾ ਰਾਹ ਦਸ ਦਿਓ ।
(O' boys/brothers tell me the way to the city)

ਨੀ ਕੁੜੀਓ ! ਜ਼ਰਾ ਧਿਆਨ ਦੇਓ ।
(O girls, just give attention)

ਹੇ ਗੁਰਦੇਵ / ਵਾਹਿਗੁਰੂ, ਮੇਰੀ ਅੰਰਜ਼ ਸ਼ੁਣੋ ।
(O Master/God, listen my request)

ਓਏ ਚਾਚਾ ! ਚਾਚਾ ਜੀ !
(O uncle)

1. There are some important exceptions in masculine forms. In singular, the terms for relations, for instance, remain unchanged, as ਚਾਚਾ, ਮਾਮਾ, ਗੁਰਦੇਵ.

2. Proper nouns are optionally declined in vocative. ਭਗਵਾਨ ਸਿੰਘ and ਭਗਵਾਨ ਸਿੰਘਾ are both popular

3. The interjections ਵੇ, ਨੀ, ਏ ਜੀ, ਓਏ, ਹੇ, etc. are optionally used.

[ਆਪ / ਆਪੇ and ਆਪਣਾ]

a. ਮੈਂ ਆਪ / ਆਪੇ ਕਰ ਲਵਾਂਗਾ।
(I shall do myself/by myself)

ਤੁਸੀਂ ਆਪੇ ਚਲੇ ਜ਼ਾਓ ।
(you go by yourself)

ਓਹ ਆਪੇ ਨੱਸ ਗਿਆ ।
(he ran away himself)

b. ਤੁਸੀਂ ਆਪਣਿਆਂ ਘਰਾਂ ਵਲ ਜਾਓ ।
(you go to your homes)

ਓਹ ਮੇਰਾ ਆਪਣਾ ਬੇਲੀ ਹੈ ।
(he is my own companion)

ਅਸਾਂ ਆਪਣੀਆਂ ਬਾਹਵਾਂ ਭਨਾ ਲਈਆਂ ।
(we had our arms broken)

Use of ਚਾਹੀਦਾ should/wanted

ਨੌਕਰ ਨੂੰ ਕੀ ਚਾਹੀਦਾ ਹੈ ?
(what does the servant want ?)

ਓਹਨੂੰ ਕੰਬਲ / ਤੌਲੀਆ ਚਾਹੀਦਾ ਹੈ ।
(he wants a blanket / towel)

ਓਹਨੂੰ ਦਰੀ / ਰਜ਼ਾਈ ਚਾਹੀਦੀ ਹੈ ।
(he wants a carpet / quilt)

166

ਮੈਨੂੰ ਚਿਠੀ ਲਿਖਣੀ ਚਾਹੀਦੀ ਹੈ ।
(I should write a letter)

ਮੈਨੂੰ ਜਾਣਾ ਚਾਹੀਦਾ ਸੀ ।
(I should have gone)

With nouns as objective, "ਚਾਹੀਦਾ" means (is wanted) and with declinable infinitives it means (should)

When a noun as object is intended, we can also use ਲੋੜੀਦਾ in place of ਚਾਹੀਦਾ

Passive Voice

a. ਇਹ ਕੰਮ ਕਿਸ ਤਰ੍ਹਾਂ ਕਰੀਦਾ ਹੈ ।
(how is this work done ?)

ਇਥੇ ਪੰਜਾਬੀ ਪੜ੍ਹਾਈਦੀ ਹੈ ।
(here Punjabi is taught)

ਮੈਨੂੰ ਸੋਨਾ ਲੋੜੀਂਦਾ ਹੋਵੇਗਾ ।
(I should need gold)

b. ਦੋ ਰੁਪਈਏ ਪੇਸ਼ਗੀ ਦਿੱਤੇ ਗਏ ਸਨ ।
(two rupees were given in advance)

ਕੈਦੀ ਨੂੰ ਸੰਗਲਾ ਨਾਲ ਜਕੜ ਦਿੱਤਾ ਗਿਆ ।
(the prisoner was tightened with chains)

ਇਹ ਕੰਮ ਕਿਸ ਤਰ੍ਹਾਂ ਕੀਤਾ ਜਾਂਦਾ ਹੈ ।
(this work is done in which way ?)

c. ਇਥੇ ਪੰਜਾਬੀ ਦੀ ਪੜ੍ਹਾਈ ਹੁੰਦੀ ਹੈ ।
(here the study of Punjabi is done)

ਮੇਰੇ ਕੋਲੋਂ ਇਹ ਕੰਮ ਨਹੀਂ ਕਰ ਹੁੰਦਾ ।
(I cannot do this job)

From the above examples we find that

1. The passive construction is formed in three ways in Punjabi :

a. Add –i+da to the root. This ਦਾ is, of course, inflected in number and gender. There is auxiliary verb to show tense, mood, etc.

b. Add conjugated forms of ਜਾਣਾ to the past participle of the main verb. ਜਾਣਾ, (originally) "to go", serves here as "to be". The participle is, of course, changed into gender and number.

c. ਹੋਣਾ, "to be", is used after abstract nouns or infinitives. ਹੋਣਾ, of course, is conjugated according to the tense, mood etc.

2. The passive construction is to be avoided in Punjabi as far as possible. It is employed, usually when the agent of the varb is not mentioned or is not known, or when obligation is intended.

168

Use of ਵਾਲਾ

a. ਜ਼ਰਾ ਫਲ ਵਾਲੇ ਨੂੰ ਬੁਲਾਣਾ ।
(just call the fruit-seller)

ਓਹਦੇ ਘਰ ਵਾਲੀ ਕਿਧਰੇ ਬਾਹਰ ਗਈ ਹੋਈ ਹੈ ।
(his (house) wife has gone out)

ਚੋਰੀ ਵਾਲਾ ਮੁਕੱਦਮਾ ਅਜ਼ ਪੇਸ਼ ਹੋਵੇਗਾ ।
(the theft cae will come up today)

ਕਾਲੀ ਟੋਪੀ ਵਾਲੇ ਦਾ ਕੀ ਨਾਂ ਹੈ ?
(what is the name of the black cap man)

b. ਇਹ ਖਾਣ ਵਾਲੀ ਚੀਜ ਨਹੀਂ ਹੈ ।
(this is not fit for eating)

ਪੜ੍ਹਨ ਵਾਲੇ ਮੁੰਡੇ ਸੱਤ ਘੰਟੇ ਤੋਂ ਜ਼ਿਆਦਾ ਨਹੀ ਸੌਂਦੇ ।
(students do not sleep more than seven hours)

c. ਗਡੀ ਜ਼ਾਣ ਵਾਂਲੀ ਹੈ ।
(the train is about to go)

ਦਿੱਲੀ ਤੋਂ ਕੁਝ ਪਰੋਹਣੇ ਆਣ ਵਾਲੇ ਹਨ ।
(some guests are about (due) to come from Delhi)

From the above sentences we see that

1. ਵਾਲਾ is used with nouns showing "one concerned with", "possession" or "having". Examples : ਚੋਰੀ ਵਾਲਾ, ਫਲ ਵਾਲੇ etc.

2. It is used predicatively meaning "about to" Examples : ਜਾਣ ਵਾਲੀ, ਆਣ ਵਾਲੇ

3. It serves as adjective. Examples : ਟੋਪੀ ਵਾਲੇ, ਪੜਨ ਵਾਲੇ etc.

4. 'ਵਾਲਾ' because of its (–a) termination changes with gender, number and case. Examples : ਫਲ ਵਾਲਾ ਫਲ ਵਾਲੇ, ਫਲ ਵਾਲੀ.

Other Examples

Mas. Sing ਵਾਲਾ, ਵਾਲੇ ਨੂੰ
Mas. Pl. ਵਾਲੇ, ਵਾਲਿਆਂ ਨੂੰ
Fem. Sing. ਵਾਲੀ
Fem. Pl. ਵਾਲਿਆਂ

5. ਵਾਲ can be used with some adverbs :
ਕਲ ਵਾਲਾ (of yesterday); ਅਜ ਵਾਲਾ (of today); ਸਾਮਣੇ ਵਾਲਾ (on the front); ਨਾਲ ਵਾਲਾ (adjoining); ਂਦਰ ਵਾਲਾ (of inside); ਬਾਹਰ ਵਾਲਾ (of outside).

6. ਵਾਲਾ should not be used with adjectives.

Revision

(A)

ਇੱਕ ਸਬਜ਼ੀ ਵਾਲੇ ਦੇ ਪਾਸ ਕੁਝ ਰੁਪਈਏ ਇੱਕਨੇ ਹੋ ਗਏ। ਤਾਂ ਓਸ ਨੇ ਸੋਚਿਆਂ ਭਈ ਮੈਂ ਇਹ ਦੁਕਾਨ ਛੱਡ ਕੇ ਕੋਈ ਹੋਰ ਕੰਮ ਕਰਾਂ। ਓਹਨੂੰ ਚਾਂਹੀਦਾ ਸੀ ਜੋ ਓਨ ਆਪਣਾ ਕੰਮ ਵਧਾਂਦਾ। ਪਰ ਓਹਦੀ ਅਕਲ ਮਾਰੀ ਗਈ ਸੀ।

ਦੋਮਤ ਨੇ ਸਮਾਝਇਆ ਕਿ ਇਸ ਥੋਂ ਚੰਗਾਂ ਹੋਰ ਕੋਈ ਕੰਮ ਨਹੀਂ । ਓਸ ਨਾ ਮੰਨਿਆ । ਹੋਲੇ ਹੋਲੇ ਓਹਦਾ ਸਭ ਪੈਸਾ ਖਤਸ ਹੋ ਗਿਆ । ਹੁਣ ਲਗਾ-ਹਾਏ, ਮੈ ਕੀ ਕਰਾਂ ? ਲੋਕਾ ਪੁੱਛਿਆ – ਕਾਕਾ ! ਤੂੰ ਇਹ ਕੀ ਕੀਤਾ ? ਇਸ ਤਰ੍ਹਾਂ ਨਹੀਂ ਕਰੀਦਾ ।, ਤੈਨੂੰ ਚਾਹੀਦਾ ਸੀ ਜੋ ਤੂੰ ਆਪਣਾ ਕੰਮ ਕਰਦਾ ਰਹਿੰਦਾ ।

A vegetable --seller had collected with him some rupees (money). He thought, "I may leave this shop and do some other job." He should have developed his own business. But he had lost his wisdom. The friends made him understand that there was no better work than this. He did not agree. Gradually, all his money was spent. Now he started lamenting –"Ah, what should I do ?" People asked –"boy, what did you do ?" This is not the way to do things. You should have continued doing your job.

(B)

Read and write

ਇਕ ਮੁੰਡਾ ਸਕੂਲ ਜਾ ਰਿਹਾ ਸੀ ।
(a boy was going to school)

ਓਸਦੇ ਕੋਲ ਦਸ ਪੈਸ਼ੇ ਸਨ ।
(he had ten paise)

ਉਸਨੇ ਸੋਚਿਆ ਕੇ ਮੈਂ ਇਸ ਦਸ ਪੈਸੇ ਦੀ ਚੀਜ਼ ਲੈ ਲਵਾਂ
(he thought of buying something with the ten paise)

ਜਦ ਐ ਮੁੰਡਾ ਚੀਜ਼ ਲੇਣ ਲਗਾ ਤਾਂ ਉਸ ਨੂੰ ਇਕ ਭਿਖਾਰੀ ਨਜ਼ਰ ਆਯਾ
(when the boy was about to buy a thing, he caught sight of a beggar)

ਮੁੰਡੇ ਨੇ ਆਪਣੇ ਦਸ਼ ਪੈਸੇ ਉਸ ਭਿਖਾਰੀ ਨੂੰ ਦੇ ਦਿਤੇ ਅਤੇ ਚੀਜ ਲੈਣ ਦੇ ਬਦਲੇ ਭਿਖਾਰੀ ਦਿਆਂ ਅਸੀਸਾਂ ਲਈਆਂ
(the boy gave his ten paise to the beggar and instead of buying a thing got the beggar's blessings)

(C)

1. ਕੁੱਤਾ ਨੇੜੇ ਆਇਆਂ, ਤਾਂ ਮੁੰਡੇ ਨੇ ਉਸ ਨੂੰ ਸੋਟੀ ਕੱਢ ਮਾਰੀ ।
kuta nere aaya, tan munde ne usnu soti kadh mari
(the dog came near, the boy struck it with a stick)

2. ਉਸਦੇ ਪਿਤਾ ਨੇ ਆਖਿਆਂ, "ਕਾਕਾ ਆ ਕੇ ਰੁਪਈਏ ਲੈ ਜਾ ।
usde pita ne aakhiya, "kaka aa ke rupayee lai ja
(his father said, "Boy, come, take the money)

3. "ਇਸ ਨੂੰ ਪੱਟੀ ਬਨ੍ਹਵਾ ਲਿਆ ।
is nu patti banwa liya
(get it a dressing)

4. "ਕੁਤੇ ਨੇ ਤੇਰਾ ਕੀ ਵਿਗਾੜਿਆ ਸੀ।
kute nei tera ki vigarya si
(what harm the dog had done to you)

5. "ਇਹ ਘਰ ਦੀ ਰਾਖੀ ਕਰਦਾ ਹੈ"
eh ghardi rakhi karda hai
(it guards the house)

(D)

1. ਬਾਲਕ ਇਕ ਪਤੰਗ ਚੜਾਂਦਾ।
balak ik patang charanda
(the boy flies a kite)

2. ਲੈ ਪਤੰਗ ਕੋਠੇ ਚੜ ਜਾਂਦਾ।
lai patang kothe char janda
(goes on the roof with the kite)

3. ਓਸ ਕੋਠੇ ਦੀ ਵੇਖ ਉਚਾਈ।
us kothe di vekh uchai
(looking at the roof's height)

4. ਸਦਾ ਰੋਕਦੀ ਰਹਿੰਦੀ ਮਾਈ।
(the mother always forbids him)

LESSON 21

WORD - FORMATION

Derivatives

The best and most essential way to increase vocabulary is to know how a language extends words to signify new and allied meanings.

Punjabi does it in three ways – by prefixes, by suffixes and by compounding.

The number of prefixes and suffixes in Punjabi is very large. Here we have given only the most fertile ones.

A - Prefixes

ਅ–, (not) – ਅਕਹਿ (unspeakable); ਅਮਰ (immortal); ਅੱਟਲ (unavoidable); ਅਮੋਲ (invaluable)

ਅਣ–, (not, in) – ਅਣਤਾਰੂ (no swimmer); ਅਣਜ਼ਾਣ (unfamiliar); ਅਣਧੋਤਾ (unwashed)

ਉਪ–, (sub–, vice-) – ਉਪਪ੍ਰਧਾਨ (vice-president) ਉਪਨਾਮ (surname)

ਸੁ–, (good) – ਸੁਲਖਣਾ (lucky); ਸੁਕਰਮ, (good actions); ਸੁਭਾਗਾ (fortunate)

ਸ੍ਵੈ–, (self) – ਸ੍ਵੈਮਾਨ (self-respect); ਸ੍ਵੈਦੇਸੀ (home-made); ਸ੍ਵੈਨਿਰਨਾ (self-determination)

ਕੁ– (ill) – ਕੁਮੱਤ f. (ill-understanding); ਕੁਢੰਗ (ill-manners); ਕੁਪੱਤ f. (disgraces);

ਕਮ-, (little) – ਕਮਜ਼ੋਰ (weak); ਕਮਦਿਲ (weak-minded)

ਦੁਰ–, (hard, bad) – ਦੁਰਗੰਧ (bad smell)

ਨਿਹ, ਨਿਸ–, (less) – ਨਿਹਫਲ (ਨਿਸਫਲ), (fruitless unsuccessful)

ਨਿਰ–, (less) – ਨਿਰਭਉ (fearless); ਨਿਰਵੈਰ (uninimical)

ਪਰ–, (other) – ਪਰਦੇਸ (other country); ਪਰਨਾਰੀ (other's woman)

ਬੇ–, (without) – ਬੇਸੁਰਾ (rhythmless); ਬੇਸਮਝ (unintelligent)

ਮਹਾਂ–, (great) – ਮਹਾਂ ਨੀਚ (very mean)

ਪੜ–, (great) – ਪੜਦਾਦਾ (great grand father)

ਲਾ–, (without) – ਲਾਵਾਰਸ (without a successor, heirless)

B. Suffixes

1. Suffixes forming adjectives :

ਊ ਜੋੜੂ–, (accumulating), ਰੋਹੜੂ (wasteful) ਗੁਆੜੂ (extravagant)

ਆ—ਸਾਂਝਾ (common), ਸੁਕਾ (dry), ਜੋਗੀਆ (ochre-coloured)

ਕ, ਆਕਾ–ਤੈਰਾਕ (swimmer); ਲੜਾਕਾ (quarrelsome)

ਅਕ–ਕਿਕ–ਵਿਹਾਰਕ (practical), ਲੌਕਿਕ (worldly)

ਈਅਲ–ਸੜੀਅਲ (peevish), ਅੜੀਅਲ (intractable)

ਆਲ–ਆਲੂ–ਦਿਆਲੂ (merciful), ਕਿਰਪਾਲ (kind)

ਏਰਾ–ਛੁਟੇਰਾ (smaller)

ਈ–ਫੌਜੀ (military)

ਈਆ–ਦੁਆਬੀਆ (of Doab)

ਈਲਾ–ਚਮਕੀਲਾ (shining)

ਇਤ--ਲਿਖਿਤ (written)

ਈਨ--ਮਲੀਨ (dirty)

ਕਾ—ਗੋਕਾ (cow's)

ਦਾਇਕ--ਫਲਦਾਇਕ (fruitful)

ਦਾਰ--ਧਾਰੀਦਾਰ (striped)

ਮਾਨ--ਬੁਧੀਮਾਨ (wise)

ਵਾਨ--ਲਜਿਆਵਾਨ (shy)

ਵਾਲਾ--ਟੋਪੀਵਾਲਾ (capped)

2. Suffixes forming abstract nouns :

ਆਈ–ਸੱਚਾਈ f. (truth)
ਈ–ਦੋਸਤੀ f. (friendship)
ਤਾ–ਅਰੋਗਤਾ f. (health)
ਤੀ–ਗਿਣਤੀ f. (counting)
ਵਾ–ਬੁਲਾਵਾ (call)

3. Suffixes forming nouns of agency

ਆ–ਉਚੱਕਾ (debauch)

ਊ–ਰਟੂ (learner by rote)

4. Suffixes forming nouns of instrumentality :

ਅਨ–ਝਾੜਨ (duster); ਢੱਕਣ (cover)

ਆ–ਟੋਕਾ (chopper)

5. Suffixes forming nouns of place :

ਅਨ–ਧਰਨ (womb)

6. Suffixes forming relationship :

ਓਟਾ–ਬਕਰੋਟਾ (a kid)

ੲੇਰਾ (son of); ਮਮੇਰਾ (son of uncle)

Repetitives & Echo-Words

A peculiar feature of Punjabi is the reduplication of words (Nouns, adjectives, pronouns, verbs and adverbs) to convey extra meanings. It may imply :

1. Distribution, as in

ਮੰਗਤਿਆਂ ਨੂੰ ਦਸ਼ ਦਸ ਪੈਸੇ ਦੇ ਦੇਓ ।

(give ten paise to each of the beggars)

ਓਹ ਆਪਣੇ ਆਪਣੇ ਘਰ ਚਲੇ ਗਏ ।

(they went to their respective homes)

ਘਰ ਘਰ ਹੁੰਦੇ ਝਗੜੇ ਰਹਿੰਦੇ ਹਨ ।
(in every home disputes go on)

2. Variety, as in
ਮੇਲੇ ਤੋਂ ਕੀ ਕੀ ਲਿਆਓਗੇ ?
(what (different things) will you bring from the fair ?)

ਦੇਸ ਦੇਸ ਦੇ ਰਾਜ਼ੇ ਆਏ ।
(princes from various countries came)

3. Quite, as in
ਹਰੇ ਹਰੇ ਪੱਤੇ ਕੱਠੇ ਕਰ ਲਓ ।
(collect just green leaves)

4. Intensity, as in
ਹਟ ਹਟ (get away, get away)

5, Reciprocity, as in
ਭਾਈ ਭਾਈ ਦਾ ਪ੍ਰੇਮ ।
(love of a brother for his brother)

6. Adverbial sense is most common :
ਲੈਨ ਲੈਨ ਚਲੇ ਜ਼ਾਓ ।
(go along the line)

ਠੀਕ ਠੀਕ ਦੱਸ ਦਿਓ ।
(speak out right)

Co-ordinative Compounds

a. Related nouns :
ਮਾਂ - ਬਾਪ (mother [and] father, parents); ਮਿਰਚ ਮਸਾਲਾ (spices, etc.)

b. Mostly synonyms (emphatic)
ਸਾਧੂ-ਫ਼ਕੀਰ (mendicants); ਸੁਖ-ਸਾਂਤ (complete happiness)

c. Sometimes antonyms
ਔਖ-ਸ਼ੌਖ (all circumstances)

d. Adjective and adjective
ਚੰਗਾ ਭਲਾ (quite good (synonyms); ਖੁੱਲਾ ਮੋਕਲਾ (quite loose (synonyms); ਓਚਾਂ ਨੀਵਾ (high or low (antonyms)

e. Numerals
ਦੋ ਚਾਰ (two or four, a few)

f. Adverbs
ਅੱਗੇ ਪਿੱਛੇ (before and after)

LESSON 22

NUMERALS

ਗਿਣਤੀ

a. Cardinals :

੧.	੨.	੩.	੪.	੫.
ਇੱਕ	ਦੋ	ਤਿੰਨ	ਚਾਰ	ਪੰਜ
੬.	੭.	੮.	੯.	੧੦.
ਛੇ	ਸੱਤ	ਮਠ	ਨੌਂ	ਦਸ
੧੧.	੧੨.	੧੩.	੧੪.	੧੫.
ਯਾਰ੍ਹਾਂ	ਬਾਰ੍ਹਾਂ	ਤੇਰ੍ਹਾਂ	ਚੌਦ੍ਹਾਂ	ਪੰਦਰਾਂ
੧੬.	੧੭.	੧੮.	੧੯.	੨੦.
ਸੋਲ੍ਹਾਂ	ਸਤਾਰ੍ਹਾਂ	ਅਠਾਰ੍ਹਾਂ	ਉਨ੍ਹੀਂ	ਵੀਹ
੨੧.	੨੨.	੨੩.	੨੪.	੨੫.
ਇੱਕੀ	ਬਾਈ	ਤੇਈ	ਚੌਵੀ	ਪੰਜੀ
੨੬.	੨੭.	੨੮.	੨੯.	੩੦.
ਛੱਵੀ	ਸਤਾਈ	ਅਠਾਈ	ਉਨੱਤੀ	ਤੀਹ
੩੧.	੩੨.	੩੩.	੩੪.	੩੫.
ਇੱਕਤੀ	ਬੱਤੀ	ਤੇਤੀ	ਚੌਂਤੀ	ਪੈਂਤੀ
੩੬.	੩੭.	੩੮.	੩੯.	੪੦.
ਛੱਤੀ	ਅੱਠਤੀ	ਸੈਂਤੀ	ਉਨਤਾਲੀ	ਚਾਲੀ
੪੧.	੪੨.	੪੩.	੪੪.	੪੫.
ਇਕਤਾਲੀ	ਬਤਾਲੀ	ਤਿਤ੍ਹਾਲੀ	ਚੁਤਾਲੀ	ਪੰਜਤਾਲੀ

੪੬.	੪੭.	੪੮.	੪੯.	੫੦.
ਛਿਤਾਲੀ	ਸੰਤਾਲੀ	ਅਠਤਾਲੀ	ਉਣੰਜਾ	ਪੰਜ਼ਾਹ
੫੧.	੫੨.	੫੩.	੫੪.	੫੫.
ਇਕਵੰਜ਼ਾ	ਬਵੰਜਾ	ਤ੍ਰਿਵੰਜਾ	ਚੌਰੰਜਾ	ਪਚਵੰਜਾ
੫੬.	੫੭.	੫੮.	੫੯.	੬੦.
ਛਿਵੰਜਾ	ਸਤਵੰਜਾ	ਅਠਵੰਜਾ	ਉਣਾਠ	ਸੱਠ
੬੧.	੬੨.	੬੩.	੬੪.	੬੫.
ਇਕਾਠ	ਬਾਠ	ਤ੍ਰੇਠ	ਚੌਂਠ	ਪੈਂਠ
੬੬.	੬੭.	੬੮.	੬੯.	੭੦.
ਛਿਆਠ	ਜਤਾਠ	ਅਠਾਠ	ਉਨਹਤਰ	ਸਤਰ
੭੧.	੭੨.	੭੩.	੭੪.	੭੫.
ਇਕਹੱਤਰ	ਬਹੱਤਰ	ਤਿਹੱਤਰ	ਚੌਹੱਤਰ	ਪਜ਼ਹੱਤਰ
੭੬.	੭੭.	੭੮.	੭੯.	੮੦.
ਛਿਹੱਤਰ	ਸਤਹੱਤਰ	ਅਠੱਤਰ	ਉਨਾਸੀ	ਅੱਸੀ
੮੧.	੮੨.	੮੩.	੮੪.	੮੫.
ਇਕਾਸੀ	ਬਿਆਸੀ	ਤ੍ਰਿਆਸੀ	ਚੁਰਾਸੀ	ਪਚਾਸੀ
੮੬.	੮੭.	੮੮.	੮੯.	੯੦,
ਛਿਆਸੀ	ਸਤਾਸੀ	ਅਠਾਸੀ	ਉਣਾਨਵੇਂ	ਨੱਵੇ
੯੧.	੯੨.	੯੩.	੯੪.	੯੫.
ਇਕਾਨਵੇਂ	ਬਾਨਵੇਂ	ਤ੍ਰਿਆਨਵੇਂ	ਚੁਰਾਨਵੇਂ	ਪਚਾਨਵੇਂ
੯੬.	੯੭.	੯੮.	੯੯.	੧੦੦.
ਛਿਆਨਵੇਂ	ਸਤਾਨਵੇਂ	ਅਠਾਨਵੇਂ	ਨੜਿਨਵੇਂ	ਸੌ

੧੦੦੦ ਹਜਾਰ, ੧੦੦੦੦ ਦਰ ਹਜ਼ਾਰ, ੧੦੦੦੦੦ ਲੱਖ, ੧੦੦੦੦੦੦ ਦਸ ਲਖ, ੧੦੦੦੦੦੦੦ ਕਰੋੜ, ੨੫੨੪੩੬ ਦੋ ਲਖ ਬਵੰਜਾ ਹਜ਼ਾਰ ਚਾਰ ਸੋ ਛਤੀ

Million – ਦਸ ਲੱਖ

b. Ordinals

first ਪਹਿਲਾ, second ਦੂਜਾ, third ਤੀਜਾ, fourth ਚੌਥਾ, fifth ਪੰਜਵਾਂ
Add – ਵਾਂ to the cardinals beyond it as :
ਅਠਵਾਂ eight, ਸੌਵਾਂ hundredth, ਹਜਾਰਵਾਂ thousandth.

c. Fractionals

1/4 ਪਾਈਆ	1/2 ਅੱਧਾ
2/3 ਦੋ - ਤਿਹਾਈ	$3\frac{1}{2}$ ਸਾਢੇ ਤਿੰਨ
3/4 ਤਿੰਨ - ਚੁਥਾਈ	$4\frac{1}{2}$ ਸਾਢੇ ਚਾਰ
1 ਪੂਰਾ ਇਕ and so on	

ਸਾਢੇ literally means 'Plus half'.

$1\frac{1}{4}$ ਸਵਾ [ਇਕ]	$1\frac{3}{4}$ ਪੌਣੇ ਦੋ
$2\frac{1}{4}$ ਸਵਾ ਦੋ	$2\frac{3}{4}$ ਪੌਣੇ ਤਿੰਨ
$3\frac{1}{4}$ ਸਵਾ ਤਿੰਨ	$3\frac{3}{4}$ ਪੌਣੇ ਚਾਰ
and so on	and so on

$1\frac{1}{2}$ ਡੇਢ
$2\frac{1}{2}$ ਢਾਈ

ਪੌਣੇ literally means 'one quarter less than

If the words ਅੱਧਾ, half, ਪੌਣਾ, three-quarter, and ਸਵਾ, one and a quarter, are used singly, they are declined in number and gender as they end

182

in –a. Other fractions do not end in –a and are, therefore, uninflected.

d. Multiplicatives are of two kinds : ਇਕਹਰਾ, ਦੋਹਰਾ, ਤਿਹਰਾ, ਚੋਹਰਾ, etc. With -ਹਰਾ suffix means '-fold', one-fold, two-fold, three-fold, four-fold and so on. ਦੂਣਾ, ਤੀਉਣਾ, etc. with – ਉਣਾ suffix means 'times' from ਗੁਣਾ. Thus two times, three times, four time, and so on. They are declined in number and gender.

e. A peculiar way of giving indefinite number is to count in succession like this :

1. Consecutive

   ਓਥੇ ਦੋ - ਤਿਨ ਆਦਮੀ ਸਨ ।

   there were two (or) three men there.

   ਮੈਂ ਚਾਰ-ਪੰਜ ਆਦਮੀਆਂ ਨਾਲ ਗੱਲ ਕੀਤੀ ਸੀ ।

   I had a talk with four (or) five men.

2. Alternate numbers

   ਓਥੇ ਦੋ-ਚਾਰ / ਅੱਠ-ਦਸ / ਦਸ-ਬਾਰ੍ਹਾਂ ਆਦਮੀ ਸਨ ।

   there were two (or) four/eight (or) ten/ten (or) twelve men.

3. Fives

   ਓਥੇ ਪੰਜ-ਦਸ / ਦਸ-ਪੰਦਰਾਂ ਆਦਮੀ ਸਨ ।

   there were five-ten / ten–fifteen men there.

———

LESSON 23

ABOUT TIME

1. ਕਿੰਨੇ ਵਜ਼ੇ ਚਲੋਂਗੇ ?
(at what time will you go ?)

2. ਅਸੀਂ ਸ਼ਾਢੇ ਯਾਰਾਂ ਵੱਜੇ ਪੂਜ਼ ਜਾਵਾਂਗੇ ।
(we shall reach at half past eleven)

3. ਮੈਂ ਸਵਾ ਸੱਤ ਵੱਜ਼ੇ ਚਲਾਂਗਾ ।
(I shall start at quarter past seven)

4. ਹੁਣ ਕੀ ਵਕਤ ਹੋਇਆ ਹੈ ?
(what is the time now)

5. ਇਸ ਵਕਤ ਇੱਕ ਵੱਜਿਆ ਹੈ ।
(it is one o'clock at this time)

6. ਹਾਲੀ ਤਾਂ ਬੜੀ ਸਵੇਰ ਹੈ – ਕੁਲ ਚਾਈ ਵਜੇ ਹੈਨ ।
(as yet it is too early – It is after all 2-30)

7. ਓਹੋ ਬੜੀ ਦੇਰ ਹੋ ਗਈ । ਘੰਣੇ ਨੌ ਵਜਨ ਵਾਲੇ ਹਨ ।
(oh, it is very late. it is about quarter to nine)

8. ਕੀ ਪੂਰੇ ਅੱਠ ਖੜਕ (ਵਜੱ) ਗਏ ਹਨ ?
(is it exact eight o'clock)

9. ਨਹੀਂ ਅਜੇ ਤਾਂ ਕੁਲ ਸੱਤ ਵੱਜੇ ਹਨ ।
(no, as yet it is only o'clock)

10. ਹਾਂ ਜੀ, ਸਾਡੇ ਸੱਤ ਵੱਜ ਰਹੇ ਹਨ ।
(yes please, it is getting half past seven)

I. Half hours are expressed as under :

1 – 30 ਡੇਢ, meaning 'one and a half' -- half past one.

2 – 30 ਢਾਈ, meaning 'two and a half' -- half past two. With 3 and after, ਸਾਡੇ is used for every half – ਸਾਢੇ ਚਾਰ, ਸਾਢੇ ਪੰਜ etc.

II. 'Quarter past' is rendered into ਸਵਾ, as in ਸਵਾ ਦੋ (2.15), ਸਵਾ ਤਿੰਨ (3.15) etc. for quarter past two, quarter past three, etc.

III. 'Quarter to' is expressed by ਪੌਣਾ (singular) and ਪੌਣੇ (plural), as ਪੌਣਾ ਇੱਕ (pauna ik) quarter to one.

IV. "ਪੂਰੇ" meaning (full) expresses full hours, as "ਪੂਰੇ ਬਾਰਾਂ" (pure baraneh) exact tweleve.

Other Sentences

ਕਿਉਂ ਜੀ ਤੁਹਾਡੀ ਘੜੀ ਤੇ ਕੀ ਵਕਤ ਹੈ ?
(well please, what is the time by your watch ?)

ਮੇਰੀ ਘੜੀ ਦਸ ਮਿੰਟ ਤੇਜ ਹੈ। ਇਸ ਤੇ ਨੌ ਵੱਜ ਕੇ ਵੀਹ ਮਿੰਟ ਹੋਏ ਹਨ।
my watch is fast by ten minutes. By this it is 9-20

ਇਸ ਵਕਤ ਸਾਢੇ ਨੌ ਵੱਜਣ' ਚੋਂ ਪੰਜ ਮਿੰਟ ਰਹਿੰਦੇ ਹਨ।
(at this time it is five minutes to half past nine) .ie. 9-25

ਗਡੀ ਕਿੰਨੇ ਵਜੇ ਆਉਂਦੀ ਹੈ ?
(at what time does the train arrive ?)

ਜੀ, ਅੱਠ ਚਾਲੀ ਤੇ ।
(at 8-40, please)

ਦਿਨ ਦੇ ਜਾਂ ਰਾਤ ਦੇ ?
(of day or night)

ਦਿਨ ਦੇ ਅਠ ਚਾਲ੍ਹੀ ।
8-40 a.m.

ਪਰ ਮੈਂ ਸੁਣਿਆ ਹੈ ਕਿ ਅੱਠ ਵਜਣ' ਚੋਂ ਪੰਦਰਾ ਮਿੰਟ ਤੇ ਆਉਂਦੀ ਹੈ ।
(but I have heard that it arrives at fifteen minutes to eight)

When minutes are to be expressed, then we use conjunctive participle form of "ਵੱਜਣਾ," i.e.

"ਵਜਕੇ" for 'past', as ਨੌ ਵੱਜ ਕੇ ਵੀਹ ਮਿੰਟ, (twenty minutes past nine) lit. (after striking nine, twenty minutes). Note the order in Punjabi construction due to logical sequence of time.

Months

ਵਿਸਾਖ, April – May, ਜੇਠ, May – June, ਹਾੜ, June – July, ਸਾਵਣ, July – August, ਭਾਦੋਂ, August – September, ਅੱਸੂ, S.ptember — October, ਕੱਤੇ, October -- November, ਮੱਘਰ, November -- December ਪੋਹ, Decembe – January, ਮਾਘ, January -- February, ਫੱਗਣ, February -- March, ਚੇਤ, ਚੇਤਰ, March -- April

———

LESSON 24

USAGE AND IDIOMS

1. There are certain expressions, which will appear peculiar to foreign learners. The use of compound verbs, especially when opposite idea is expressed in one action, is difficult, indeed. For example ਉੱਠ ਬੈਠ, literally means 'get up' and ',sit down', but actually it means, "get up".

2. Some combinations of nouns and adjectives, including numerals, without the use of conjunction, are also important items of Punjabi usage

Examples

ਮੇਜ਼ ਵੇਜ਼ (table etc.; ਚਿੱਠੀ ਚਪੱਠੀ f. (letter); ਖਟ ਪਟ f. (bickering); ਝਟ ਪਟ (immediately); ਖਿਚ ਪਿਚ f. (hotch potch); ਚੁਪ ਚਾਪ (silent); ਨੇੜੇ ਤੇੜੇ (nearby); ਖਬਰ ਖੁਬਰ f. (news) etc.

In each of the above combinations, one word is meaningful while the other is just an echo or some meaningless item which, however, adds to the total meaning.

3. Sometimes two meaningful words are combined to show intensity

Examples

ਕਪੜਾ ਲੱਤਾ (clothes, etc); ਮਾਰ ਕੁਟਾਈ f. (beating and thrashing); ਨਾਂ ਪਤਾ (name & address); ਭੁੱਲ ਚੁੱਕ f. (omission): ਦਾਲ ਦਲੀਆ (mere food)

4. Some expressions contain similes and make intensive adjectives

Examples

ਅੰਨ੍ਹਾ ਟੱਟੂ (like a blind pony); ਅੜੀਅਲ ਘੋੜਾ (as obstinate as a donkey); ਸੁਚਾ ਮੋਤੀ (like a pure pearl); ਚਿੱਟਾ ਦੁੱਧ (extremely white–like milk); ਤੱਤਾ ਤੇਲ (very hot (like oil); ਡਰੂ ਭੇਡ (very timid–like a sheep); ਠੰਡਾ ਯਖ (very cold-like ice).

5. Some customary similes indicate a fine quality of a thing

Examples

ਕੜੀ ਵਰਗਾ ਜਵਾਨ (young like a beam, i.e. tall) ਰੇਸ਼ਮ ਵਰਗੇ ਵਾਲ (hair like silk, i.e. very soft); ਮੋਤੀਆਂ ਵਰਗੇ ਦੰਦ (teeth like pearls, i.e. clean); ਦਰਿਆ ਵਰਗਾ ਦਿਲ (heart like a river. i.e. liberal)

6. Certain nouns take specific verbs

Examples

ਚੱਕਰ ਖਾਣਾ (to go round, lit to eat circles); ਮਾਰ ਖਾਣਾ (to be beaten, lit. to eat beating); ਗਾਲ੍ਹਾਂ ਖਾਣਾ (to be abused, lit. to eat abuses); ਠਕਰ ਖਾਣਾ (to stumble, lit. to eat a stumble); ਖਬਰ ਉਡਾਉਣਾ (to spread (lit. fly) news); ਗੱਪ ਉਡਾਉਣਾ (to start (lit. fly) a rumour).

7. There is another category of phrases-nominal and adjectival - in possessive case. Note their special meanings :

a. ਅੱਖਾਂ ਦਾ ਤਾਰਾ (dear, pupil (lit. star) of the eyes) ਕਾਠ ਦਾ ਉੱਲੂ (wooden owl, i.e. foolish); ਘਰ ਦੀ ਕੁੱਕੜੀ (hen of the house, i.e. controllable); ਥਾਲੀ ਦਾ ਪਾਣੀ (water of the plate, i.e. shallow).

Idioms

ਉੱਲੂ ਬਣਾਉਣਾ (to befool); ਓਡਦੇ ਫਿਰਨਾ (in high spirits); ਅਗ ਵਰ੍ਹਨੀ (to rain fire); ਅਖ ਮਾਰਨਾ (to make a sign by swerving the eye); ਆਕੜ ਭਨਣੀ (to crush pride); ਇਕ ਮੁੱਠ ਹੋਣਾ (to be united); ਸਾਹ ਸੁਕ ਜਾਣਾ (to be horrified); ਸਿਰ ਤੇ ਆ ਪੈਣਾ (to befall); ਹੱਥ ਧੋ ਬਹਿਣਾ (to lose); ਹੱਥ ਮਲਣਾ (to regret); ਕਠਪੁਤਲੀ ਬਣਨਾ (to become a puppet); ਕੰਨ ਹੁਣੇ (to beware); ਖੱਲ ਲਾਹੁਣੀ

(to rob); ਖਾਣ ਨੂੰ ਪੈਣਾ (to speak harshly); ਡਕਾਰ ਨਾ ਮਾਰਨਾ (not having a feel); ਡੰਗ ਟਪਾਉਣਾ (to pass time) ਟੰਗਾਂ ਭਨਣੀਆਂ (to beat); ਛੂਹ ਮੰਤਰ ਹੋਣਾ (to disappear); ਛਾਤੀ ਤੇ ਮੂੰਗ ਦਲਣਾ (to tease); ਡੇਰਾ ਲਾਉਣਾ (to stay long); ਢੇਰੀ ਢਾਹੁਣੀ (to get disappointed); ਤੱਤੀ ਵਾ ਨਾ ਲਗਣਾ (to have no trouble); ਦੰਦ ਕਢਣੇਂ (to laugh loudly); ਦੰਦ ਖੱਟੇ ਕਰਨੇ (to defeat); ਬਾਂਹ ਫੜਨੀ (to give/seek help); ਬੇੜੀਆਂ ਲਗ ਜਾਣੀਆਂ (to be made prisoner); ਬੇੜਾ ਪਾਰ ਹੋਣਾ (to be successful); ਮਿਟੀ ਹੋ ਜਾਣਾ (to feel ashamed); ਮੂੰਹ ਜੋਰ ਹੋਣਾ (to be outspoken); ਮੂੰਹ ਮਾਰਨਾ (to eat); ਮੂੰਹ ਕਾਲਾ ਕਰਨਾ (to do evil); ਰਗੜਾ ਪਾਉਣਾ (to start dispute); ਲਹੂ ਪਾਣੀ ਇਕ ਹੋ ਜਾਣਾ (to work very hard)

———

LESSON 25

VOCABULARY–I

Body

ਤਨ body
ਸਰੀਰ body
ਦੇਹ body
ਸਿਰ head
ਮੂੰਹ mouth, face
ਵਾਲ hair of the head
ਰੋਆਂ hair of the body
ਭਵਾਂ f. eyebrows
ਭਰਵੱਟੇ eyebrows
ਮੱਥਾ forehead
ਅੱਖ f. eye
ਹਿੱਕ f. breast
ਪੇਟ stomach, belly
ਡੇਲਾ eyeball
ਕੰਨ ear
ਨੱਕ nose
ਨਾਸਾਂ f. nostrils
ਗਲ੍ਹ f. cheek
ਕੱਛ f. armpit
ਲਹੂ blood

ਗਲਾ throat
ਧੌਣ f., ਮੰਜ f. neck
ਦੰਦ teeth
ਜੀਭ f. tongue
ਖਾਡੀ f. ਠੋਡੀ f. chin
ਮੋਢਾ shoulder
ਹੱਥ hand
ਉਂਗਲੀ f. finger
ਅੰਗੂਠਾ thumb
ਤਲੀ f. palm
ਛਾਤੀ f. chest
ਸੀਨਾ chest
ਪਿਪਲੀਆਂ f. eye lashes
ਜ਼ੰਘ f. ਪੱਟ thigh
ਟੰਗ f. leg
ਕਮਰ f. waist
ਲੱਕ waist
ਆਰਕ f. elbow
ਕਛ armpit

———

LESSON 26

BUILDING

ਕਿਲ੍ਹਾ f. fort
ਹਸਪਤਾਲ hospital
ਕਾਰਖ਼ਾਨਾ mill
ਸਕੂਲ school
ਸਟੇਸ਼ਨ station
ਮਹਿਲ palace
ਪੁਲ bridge
ਕਾਲੇਜ college
ਡਾਕਘਰ post office
ਤਾਰਘਰ telegraph office
ਜੇਲ੍ਹ prison
ਕਚਹਿਰੀ f. court
ਗੋਦਾਮ godown
ਮੰਦਰ temple
ਕੋਠਾ room

ਵਿਹੜਾ courtyard
ਪੌੜੀ f. staircase
ਫ਼ਰਸ਼ floor
ਰੋਸ਼ਨਦਾਨ ventilator
ਗਿਰਜਾ church
ਮਸੀਤ f. mosque
ਸਰਾਂ f. inn
ਦੁਕਾਨ f. shop
ਹੋਟਲ hotel
ਘਰ house
ਬੰਗਲਾ bungalow
ਕੋਠੀ bungalow
ਬਾਰਕ f. barracks
ਬੈਠਕ f. sitting room
ਰਸੋਈ f. kitchen

FAMILY

ਪਰਿਵਾਰ family
ਟੱਬਰ family
ਮਾਂ f. mother
ਬਾਪ father
ਚਾਚਾ paternal uncle

ਜੇਠ husband's elder brother
ਜ਼ਨਾਨੀ wife
ਸਾਲੀ f. wife's sister
ਮਾਮੀ f. m. uncle's wife
ਭੂਆ f. father's sister

LESSON 27

DRESS

ਸਾੜ੍ਹੀ f. saree
ਕੁਰਤਾ shirt
ਧੋਤੀ f. dhoti
ਸਲਵਾਰ f. salwar
ਪਜਾਮਾ pyjama
ਬਨੀਆਨ f. underwear
ਕੱਛਾ underwear
ਨਿੱਕਰ f. knickers
ਜਰਾਬ f. socks
ਕਮੀਜ਼ f. shirt
ਟੋਪੀ f. cap
ਪਗੜੀ f. turban
ਰੁਮਾਲ handkerchief
ਜੁੱਤੀ f. shoe
ਦਰੀ f. carpet
ਰਜਾਈ f. quilt
ਤੁਲਾਈ f. cushion
ਦਰਾਜ drawers

Household Goods

ਮੰਜਾ cot
ਕੁਰਸੀ f. chair
ਅਲਮਾਰੀ f. shelf
ਮੇਜ਼ਪੋਸ਼ table cloth
ਮਛਰਦਾਨੀ mosquito net
ਕਪੜੇ clothes
ਭਾਂਡੇ utensils
ਥਾਲੀ saucer
ਕੌਲੀ small utensil
ਗਿਲਾਸ glass
ਲੂਣ salt
ਮਿਰਚ f. pepper, chilli
ਹਲਦੀ f. turmeric
ਜੀਰਾ cummin seed
ਆਟਾ flour
ਦਾਲ pulses
ਫਲ fruit
ਪਾਣੀ water
ਲੱਸੀ f. whey
ਸ਼ੀਸ਼ਾ mirror, glass

LESSON 28

NATURE

ਪਾਣੀ water
ਹਵਾ f, air, wind
ਅੱਗ f. fire
ਧੂਆਂ smoke
ਆਕਾਸ਼ sky
ਜ਼ਿਮੀ f. earth
ਬਿਜਲੀ f. lightening
ਸਮੁੰਦਰ sea
ਬਦਲ cloud
ਧੁੰਧ f. fog
ਮੌਸਮ weather
ਜਾੜਾ frost
ਪਾਲਾ frost
ਸਰਦੀ f. cold

ਗਰਮੀ f. summer
ਬਸੰਤ f. spring
ਠੰਡ f. cold
ਬਰਫ f. ice, snow
ਧੁੱਪ sunshine
ਛਾਂ f. shade
ਓਲਾ hailstone
ਲੂ f. hot wind
ਧੂੜ f. dust
ਬਾਰਸ਼ f. rain
ਕੁਹਰਾ smog
ਹਨੇਰੀ f. storm
ਚਿੱਕੜ mud
ਪੰਛੀ bird

In the City

ਸ਼ਹਿਰ city
ਸੜਕ f. road
ਰਸਤਾ way
ਗਲੀ f. street
ਮਹੱਲਾ locality

ਬਾਗ garden
ਮੋਟਰ f. motor
ਬਸ f. bus
ਟੈਕਸੀ f. taxi
ਟਿਕੱਟ ticket

ਚੌਕ crossing of roads   ਗਾਹਕ customer

ਪਾਰਕ park   ਸੁਨਿਆਰਾ goldsmith

ਭਾੜਾ fare   ਵਕੀਲ lawyer

ਦੁਕਾਨ f. shop   ਨੌਕਰ servant

ਪੁਲਸ f. police   ਮਾਲੀ gardener

ਤਾਰ f. telegram   ਡਾਕੀਆ postman

ਖਤ letter   ਨਾਈ barber

ਪਾਰਸਲ parcel   ਦਰਜੀ tailor

ਕਿਤਾਬ f. book   ਦੁਕਾਨਦਾਰ shopkeeper

———————

LESSON 29

ENGLISH WORDS IN PUNJABI

ਅਫਸਰ officer	ਹਾਕੀ f. hockey
ਅਪੀਲ f. appeal	ਹਾਰਨ horn
ਅਰਦਲੀ orderly	ਹਾਲ hall
ਆਈਸਕ੍ਰੀਮ f. ice-cream	ਹੇਅਰਪਿਨ hair-pin
ਆਮਲੇਟ omelette	ਹੋਸਟਲ hostel
ਏਜੰਟ agent	ਹੋਟਲ hotel
ਇੰਜਨ engine	ਕਲਰਕ clerk
ਸਕੂਟਰ scooter	ਕਲਿਪ clip
ਸਕੂਲ school	ਕਪ cup
ਸਟੈਂਡ stand	ਕਫ cuff
ਸਾਇੰਸ f. science	ਕੰਪੌਡਰ compounder
ਸਲੀਪਰ slippers	ਕਾਲੇਜ college
ਸਲੇਟ f. slate	ਸੀਟ f. seat
ਸ਼ਰਵਿਸ f. service	ਸੂਟ suit
ਕਾਪੀ f. copy	ਟੇਲੀਫੋਨ telephone
ਕਮੇਟੀ f. committee	ਡਬੱਲ double
ਕੇਕ cake	ਡ੍ਰਾਈਵਰ driver
ਕੈਮਰਾ camera	ਡਿਗਰੀ f. degree
ਕੋਟ coat	ਥੇਟਰ theatre
ਗੇਟ gate	ਨੋਟ note

ਗੋਲ goal (sports)

ਚਿਮਨੀ f. chimney

ਚੇਨ f. chain

ਜੱਜ judge

ਟ੍ਰੇ f. tray

ਪਿਨਸ਼ਨ f. pension

ਪਾਲਿਸ਼ f. polish

ਪੁਡਿੰਗ pudding

ਬੱਟਨ button

ਨੋਟਿਸ notice

ਪਟ੍ਰੋਲ petrol

ਪਲੇਟ f. plate

ਪਾਰਕ park

ਪਰੇਡ f. parade

ਪਿਨ f. pin

ਲਿਸਟ f. list

ਲੀਡਰ leader

ਵੋਟ vote

_____

197

Vocabulary—II

ਸੁਬਦ ਕੋਸ਼

ਅਸਰ (asar) effect
ਅਕਲ (akal) intellect
ਅਕਾਲ (akaal) famine
ਅਚਾਨਕ (achnnak) suddenly
ਅਛੂਤ (achhut) untouchable
ਅਥਰੂ (athru) tears
ਅਨਪੜ੍ਹ (anparh) illiterate
ਅਨ੍ਹਾਂ (anahan) blind
ਅੰਡਾ (anda) egg
ਅੰਦਰ (andar) inside
ਆਸ (aas) hope
ਆਦਤ (aadat) habit
ਆਰਾਮ (aaram) rest
ਆਵਾਜ਼ (avaj) sound
ਆਫਤ (aafat) disaster
ਇਸਤ੍ਰੀ (istri) woman
ਇਤਨਾ (itna) this much
ਇਨਾਮ (inam) prize
ਈਮਾਨ (iman) prize
ਓਜਾਲਾ (ujala) light

ਸੁਕਾ (suka) dry
ਸੂਰਜ (suraj) sun
ਸ਼ਰੋਵਰ (sarovar) lake
ਹਲ (hal) plough
ਹਵਾ (hawa) wind
ਹੁਕਮ (hukam) order
ਹੋਸ਼ (hosh) sense
ਕਹਾਣੀ (kahani) story
ਕਚਾ (kacha) unripe
ਕਦਮ (kadam) step
ਕਰਜ਼ (karaz) loan
ਕਿਸਾਨ (kisan) farmer
ਕੁੰਜੀ (kunji) key
ਕੌਮ (kaum) nation
ਖਤ (khat) postcard
ਖਤ੍ਰਾ (khatra) danger
ਖਾਸ (khaas) special
ਗਲਤੀ (galti) mistake
ਗੁਪਤ (gupat) hidden
ਘਾਟਾ (ghata) loss

ਉਦਾਸ (udas) sad

ਉਨ੍ਹ (unh) wool

ਉਮਰ (umar) age

ਔਲਾਦ (aulad) child

ਸਖਤ (sakhat) hard

ਸਚ (sach) truth

ਸਦਾ (sada) always

ਸਰਦੀ (sardi) cold

ਸੰਦੂਕ (sanduk) box

ਤਕਲੀਫ (taklif) difficulty

ਤਰੀਕਾ (tarika) method

ਤੇਜ਼ (tez) quick

ਦਰਜਾ (darja) class

ਦਾਣਾ (dana) grain

ਦੀਵਾਨਾ (diwana) mad

ਧੁਪ (dhup) sunshine

ਨਟਖਟ (natkhat) naughty

ਨਿਸ਼ਾਨ (nishan) sign

ਨੁਕਸਾਨ (nuksan) loss

ਨੌਜਵਾਨ (naujwan) young

ਪਕਦੇਸੀ (pardesi) foreigner

ਪਾਲਤੂ (paltu) domestic

ਚੰਗਾ (changa) good

ਚਿੱਟਾ (chitta) white

ਚੁਪ (chup) silent

ਜਨਮ (janam) birth

ਜਿਸਮ (jisam) body

ਜੇਬ (jeb) pocket

ਟੋਪੀ (topi) cap

ਠੋਕਰ (thokar) kick

ਢੰਗ (dhang) method

ਢੋਂਗ (dhaung) fraud

ਭਾਫ (bhaf) steam

ਭੁਖ (bhukh) hunger

ਭੁਲ (bhul) mistake

ਭੋਲਾ (bhola) simple

ਮਹੀਨ (mahin) fine

ਮਾਲ (maal) goods

ਮਿੱਟੀ (mitti) earth

ਮੁਲਕ (mulak) country

ਮੁਫਤ (mufat) free

ਮੂਰਖ (murakh) fool

ਮੇਵਾ (mewa) dry fruit

ਮੋਚੀ (mochi) cobbler

ਪਿੰਜਰਾ (pinjra) cage
ਪੁਸਤਕ (pustak) book
ਫਲ (phal) fruit
ਫ਼ਿਕਾ (phika) tasteless
ਫ਼ੋੜਾ (phora) boil
ਬਚਣਾ (bachna) safety
ਬਚਨ (bachan) promise, word
ਬਚਾ (bacha) child
ਬਦਲ (badal) cloud
ਬਾਗ (bag) garden
ਬਿਸਤਰਾ (bistra) bedding
ਬਿਲੀ (billi) cat
ਬੀਮਾਰ (beemar) patient
ਬੁਖਾਰ (bukhar) fever
ਬੂ (bu) smell
ਬੇਨਤੀ (bniti) request
ਬੇਸਰਮ (besharam) shameless
ਬੋਲਣਾ (bolna) take
ਸ਼ਾਹ (shah) richman
ਸ਼ੇਰ (sher) lion
ਜ਼ੁਕਾਮ (zukam) bad cold

ਮੌਤ (maut) death
ਯਾਦ (yad) memory
ਰਸ (ras) juice
ਰਵਾਜ਼ (rawaj) custom
ਰਾਜਾ (raja) king
ਰਾਣੀ (rani) queen
ਰਾਤ (rat) night
ਰਿਸ਼ਵਤ (rishwat) bribe
ਰੂਪ (roop) beauty
ਰੋਟੀ (roti) bread
ਲਾਠੀ (lathi) stick
ਲਾਲਚ (lalach) greed
ਲਿਖਣਾ (likhna) write
ਲੋਕ (lok) people
ਵਕੀਲ (vakil) pleader
ਸ਼ਕ (shak) doubt
ਸੁਕਲ (shakal) face
ਸ਼ਰਾਬ (sharab) wine
ਸ਼ੀਸ਼ਾ (sheesha) mirror
ਖ਼ਰਗੋਸ਼ (khargosh) hare
ਫ਼ਰਸ਼ (farsh) floor